ഓഹരിയിൽ എങ്ങനെ നിക്ഷേപിക്കാം?

എന്താണ് ഓഹരി വിപണി

രാജ്മോഹൻ. പി.ആർ

ഓഹരി വിപണിയിൽ നിക്ഷേപിക്കാൻ
താല്പര്യമുള്ളവർക്കായി
ഈ ബുക്ക് സമർപ്പിക്കുന്നു.

രാജ്മോഹൻ. പി.ആർ

ഉള്ളടക്കം

ആമുഖം ... vii

മുഖവുര ... ix

കടപ്പാട് ... xi

അവതാരിക ... xiii

1. എന്താണ് ഈ പറയുന്ന ഓഹരി വിപണി ? ... 1

2. ഓഹരി വ്യാപാരം / ട്രേഡിംഗ് എന്നു പറഞ്ഞാൽ എന്താണ് ? ... 7

3. ദീർഘകാല /ഹ്രസ്വകാല നിക്ഷേപം എന്നാൽ എന്താണ് ? ... 12

4. ഓഹരി വിപണിയിൽ നിക്ഷേപിയ്ക്കാൻ / ട്രേഡിംഗ് നടത്താൻ എന്ത് ചെയ്യണം ? ... 14

5. ഓഹിരിയിൽ എങ്ങനെ നിക്ഷേപിക്കാം? ... 21

6. ഓഹരി എപ്പോൾ വിൽക്കാം? ... 31

7. ബ്ലൂചിപ്പ് ഓഹരികൾ? ... 35

8. മ്യൂച്ചൽ ഫണ്ടുകളിൽ എന്തിനാണ് നമ്മൾ പണം നിക്ഷേപിക്കുന്നത്? ... 37

9. എസ്.ഐ.പി എന്നാൽ എന്താണ്? ... 43

10. ഇത് നിക്ഷേപിക്കാൻ അനുയോജ്യമായ സമയമാണോ? ... 51

11. ഓഹരി വിപണിയിൽ ശ്രദ്ധി ക്കാൻ 25 കാര്യങ്ങള് ... 59

നിങ്ങളുടെ തീരുമാനം ആണ് ഉചിതം ... 71

ആമുഖം

Rajmohan.P.R

Author:- Rajmohan .P.R

Place: Kuttanellore, Thrissur, Kerala,India

Qualification:-
M.COM(Finance),PGDCA,FDM(Google
Certificate)

Experience:- Well experienced Accountant.

12 books published.

Current Job: Finance officer in Middle East Based Co.

e-mail:prrmohan0@gmail.com

മുഖവുര

കേരളത്തിലെ വിവിധ സാമ്പത്തിക സ്ഥാപനങ്ങളിൽ ജോലി ചെയ്യുന്നവർ ബാങ്ക്, സ്റ്റോക്ക് ബ്രോക്കർ, എന്നീ വിഭാഗങ്ങളൊക്കെ പണം എങ്ങനെ ശരിയായി വിന്യസിക്കണമെന്നും അതിന്റെ റിസ്ക്ക് മാനേജ്മെന്റ് എങ്ങനെയാണെന്നുമൊക്കെ ആഴത്തിലറിയാവുന്നവർ ആയിരിക്കണം. ഇപ്പോൾ ഈ രംഗത്ത് ജോലി ചെയ്യുന്നവരിൽ ഭൂരിഭാഗവും ആ സ്ഥാപനത്തിൽ ചേർന്നതിനു ശേഷം കിട്ടിയ പരിചയവും അറിവും പരിശീലനവും ഒഴിച്ചാൽ അടിസ്ഥാനപരമായ ഒരറിവും ഈ മേഖലയിൽ നേടിയവരല്ല. ഓൺലൈൻ രംഗത്ത് നടക്കുന്ന വിദ്യാഭ്യാസ വിപ്ലവം നമുക്ക് ഈ കാര്യത്തിൽ ഉപയോഗിക്കാവുന്നതാണ്. ഓഹരിയിലെ കയറ്റിറക്കങ്ങൾക്കനുപാതികമായി വിപണിയെ സശ്രദ്ധം വീക്ഷിച്ചു നിക്ഷേപം നടത്തി നേട്ടം കൊയ്യുന്ന ട്രേഡിംഗ് സാധാരണക്കാരനെ സംബന്ധിച്ചിടത്തോളം ഒരു മായാലോകമായിരുന്നു. സ്റ്റോക്ക് ബ്രോക്കർമാരുടെ കൈയിൽ പണം നിക്ഷേപിച്ച് ട്രേഡിംഗ് പുറത്തു നിന്ന് കണ്ട് ഭാഗ്യം പരീക്ഷിച്ചിരുന്ന കാലം കഴിഞ്ഞു, ഇപ്പോൾ സാധാരണക്കാർക്കും ട്രേഡിംഗിലൂടെ ലാഭം കൊയ്യാനുള്ള അവസരം.

രാജ്മോഹൻ. പി.ആർ

കടപ്പാട്

ഓഹരി വിപണിയിൽ നിക്ഷേപിക്കാൻ താല്പര്യമുള്ളവർക്കായി തയ്യാറാക്കിയതാണ് ഈ ബുക്ക്. വിവിധ മാധ്യമങ്ങൾ / വാർത്തകൾ എന്നിവ ഈ ബുക്കിന്റെ രചനയെ സഹായിച്ചിട്ടുണ്ട്. അവക്കെല്ലാം കടപ്പാട് രേഖപ്പെടുത്തുന്നു.

രാജ്മോഹൻ. പി.ആർ

അവതാരിക

ഓഹരി വാങ്ങുക എന്ന തീരുമാനം വളരെ കഠിനമായ ഒന്നാണ്. ഓഹരി വാങ്ങുകയെന്നാൽ ഒരു കമ്പനിയുടെ ബിസിനസ്സിൽ പങ്കാളിയാകുക എന്നതാണ്. സാമ്പത്തികമായി നമ്മുടെ സമൂഹം പുരോഗതി നേടുകയാണെങ്കിലും സമ്പത്തിനെപ്പറ്റിയുള്ള സമൂഹത്തിന്റെ ധാരണകൾ ഇപ്പോഴും പഴയ നൂറ്റാണ്ടിലേത് തന്നെയാണ്.

ഈ നിക്ഷേപത്തിൽ നിന്ന് നേട്ടം കൊയ്യാൻ ദീർഘകാല നിക്ഷേപമാണ് നല്ലത്. ദീർഘകാലം എന്നു പറയുന്നത് പത്ത് വർഷമോ അതിൽ കൂടുതലോ ഒക്കെ ആകാം. ശരിയായ സമയത്തുള്ള വിൽപ്പന രണ്ട് തരത്തിൽ നിക്ഷേപകന് അനുഗ്രഹമാകും. ഒന്ന് നിക്ഷേപത്തിന് ന്യായമായ നേട്ടം കിട്ടും. രണ്ടാമതായി ഉചിതമായ സമയത്തുള്ള വിൽപ്പനയിലൂടെ വലിയ നഷ്ടം തന്നെ ഒഴിവാക്കാനും സാധിക്കും. ദീർഘകാലയളവിലേക്ക് ആവശ്യമില്ലാത്ത തുകമാത്രം ഓഹരിയിൽ നിക്ഷേപിക്കുക. അതായത് അഞ്ച് വർഷമെങ്കിലും മുന്നിൽ കണ്ടുവേണം ഓഹരിയിൽ തുക മുടക്കാൻ.

അതുകൊണ്ടുതന്നെ കടംവാങ്ങി നിക്ഷേപം നടത്തരുത്. അങ്ങനെ ചെയ്താൽ നിങ്ങൾ സമ്മർദത്തിലാകും.

രാജ്മോഹൻ. പി.ആർ

1

എന്താണ് ഈ പറയുന്ന ഓഹരി വിപണി ?

ലളിതമായി പറഞ്ഞാൽ ഓഹരി വിപണയെന്നാൽ നമ്മൾ നിത്യവും ഉപയോഗിക്കുന്ന ഉത്പ്പനങ്ങൾ നിർമ്മിക്കുന്ന കമ്പനികളുടെ ലിസ്റ്റ് ചെയ്ത ഓഹരികൾ നിയമ സാധുതയോടെ വാങ്ങാനും വിൽക്കാനുമുള്ള ചന്ത അഥവാ മാർക്കറ്റ്.

ചില ഉദാ : *V-Guard ,Kitex, Bajaj, Maruthi*

ഓഹരി/ഷെയർ എന്താണ് ? എന്താണ് സ്റ്റോക്ക് മാർക്കറ്റ് ?

ബിസിനസ് തുടങ്ങാൻ മുടക്കുമുതൽ (Capital) ആവശ്യമാണ് .അതിനുള്ള പണം മുഴുവൻ കൈയിൽ ഉണ്ടെങ്കിൽ സ്വന്തമായി ബിസിനസ് തുടങ്ങാം (sole proprietorship).അല്ലെങ്കിൽ പങ്കാളികളെ ഉൾപ്പെടുത്തി പണം കണ്ടെത്തി തുടങ്ങാം (partnership).എന്നിട്ടും പണം തികയാതെ വന്നാൽ കൂടുതൽ പേരെ ഉടമകളാക്കി സ്ഥാപനത്തെ ഒരു കമ്പനിയാക്കി മാറ്റാം (Private Limited Company). ഇങ്ങനെ ഒരു കമ്പനിക്ക് വിപുലീകരണത്തിനു കൊടുത്താൽ മൂലധനം /പണം ആവശ്യമായി വന്നാൽ ആ സ്ഥാപനത്തെ പബ്ലിക് ലിമിറ്റഡ് കമ്പനിയാക്കാം .അപ്പോൾ ആ സ്ഥാപനത്തിന് പൊതുജനങ്ങളിൽ നിന്ന് മൂലധനമായി പണം സമാഹരിക്കാം .

ഇങ്ങനെ സ്ഥാപനത്തിന് പണം നൽകുന്ന ഓരോരുത്തർക്കും കമ്പനിയുടെ ഉടമകളായി മാറുകയും ,ഉടമസ്ഥാവകാശം അഥവാ ഓഹരി അവർക്ക് കമ്പനി നൽകുകയും ചെയ്യണം.

ഇത്തരത്തിൽ ഉള്ള ഓഹരി ആണ് ഷെയർ (Share) അഥവാ സ്റ്റോക്ക് (Stock) എന്ന് പറയുന്നത്.

ഇത്തരത്തിൽ ഉള്ള ഓഹരികൾ വിൽക്കുവാനും വാങ്ങുവാനും സൗകര്യം ഒരുക്കുന്ന സ്ഥലം ആണ് "ഓഹരി ചന്ത" അഥവാ സ്റ്റോക്ക് മാർക്കറ്റ്.

പ്രാഥമിക വിപണി (*Primary market*), സെക്കണ്ടറി വിപണി (*Secondary Market*) എന്നീ രണ്ട് തലങ്ങൾ ചേർന്നതാണ് മൂലധന വിപണി അഥവാ സ്റ്റോക്ക് മാർക്കറ്റ്.

എന്തിനാണ് ഓഹരി വിപണിയിൽ നിക്ഷേപിയ്ക്കുന്നത് ?.

നല്ല ലാഭമുണ്ടാക്കാൻ , ടാക്സ് ലാഭിയ്ക്കാൻ ,സമ്പാദ്യം വളർത്താൻ . വസ്തു ,സ്വർണ്ണം ,ബാങ്ക് എന്നിവയിൽ നിന്നു വ്യത്യസ്തമായ നിക്ഷേപം എന്ന നിലയിൽ .വ്യക്തികളുടെ കയ്യിൽ ഉള്ള പണം/ മൂലധനം രാജ്യ വികസനത്തിന് ഉപയോഗിക്കാൻ പറ്റുന്നു. അങ്ങനെ രാഷ്ട്ര നിർമ്മാണത്തിൽ നമുക്കും നമ്മുടെതായ പങ്ക് വഹിയ്ക്കാൻ സാധിയ്ക്കുന്നു . കമ്പനികൾ വളരുബോൾ നമ്മൾ വാങ്ങിച്ച കമ്പനികളുടെ ഓഹരികളുടെ

വിലയും (ഓഹരി മൂല്യവും) വർദ്ധിയ്ക്കുന്നു .അങ്ങനെ നമ്മുടെ നിക്ഷേപവും വളരുന്നു .

നിങ്ങൾ ഓഹരിവിപണിയിൽ വിപണനം ചെയ്യുന്ന ആളാണോ?

ആണെങ്കിൽ നിങ്ങൾ അറിഞ്ഞിരിക്കേണ്ട ചില കാര്യങ്ങൾ ഉണ്ട്

1.എപ്പോഴും നല്ല കമ്പനികളുടെ ഓഹരികൾ വാങ്ങി ഇടുകയും വാങ്ങിയിടുന്ന ഓഹരികളിൽ ഇരുപതു മുതൽ മുപ്പതു ശതമാനം വരെ ലാഭം കിട്ടുമ്പോൾ വിൽക്കുകയും ചെയ്യണം.

2.ഒരു ലക്ഷം രൂപയാണ് നിങ്ങൾ ഇങ്ങനെ നിക്ഷേപിക്കാൻ തയ്യാറെടുക്കുന്നതെങ്കിൽ ആദ്യമായി കമ്പനികളെ സെലക്ട് ചെയ്യണം .. ഒരേ സെഗ്മെന്റിൽ ഉള്ള വിവിധ കമ്പനികളുടെ വളർച്ച പരിശോധിച്ചു അവയിൽ മികച്ചവയിൽ നിക്ഷേപിക്കണം.

3.നിക്ഷേപിക്കുമ്പോൾ വിവിധ സെഗ്മെന്റിൽ ഉള്ള കമ്പനികളിൽ നിക്ഷേപിക്കണം ..അതായതു സ്റ്റീൽ മേഖലയിൽ നിന്നും ഇലക്ട്രിക്കൽ നിന്നും ഐ ടി യിൽ നിന്നും

അങ്ങനെ വിവിധ മേഖല.

4.ഒരു കമ്പനിയുടെ ഷെയർ അതിൻറെ ഏറ്റവും ഉയർന്ന വിലയിൽ നിൽക്കുമ്പോൾ വാങ്ങരുത്.

5. ഒരു കമ്പനിയുടെ ഓഹരി വാങ്ങുമ്പോൾ ഒറ്റയടിക്കുമുഴുവനും വാങ്ങാതെ ആദ്യം കുറച്ചു വാങ്ങി രണ്ടാഴ്ച കാലം നിരീക്ഷിച്ചു ശേഷം ആദ്യം വാങ്ങിയ വിലയിൽ നിന്നും താഴേക്കാണ് വരുന്നതെങ്കിൽ അതിന്റെ സപ്പോർട്ട് ഏരിയ നോക്കി കുറച്ചുകൂടി വാങ്ങിയിട്ടാൽ നിങ്ങളുടെ വില ആവറേജ് ചെയ്യാൻ സഹായിക്കും.

6. ഓഹരികൾക്കു സമയ പരിധി ഇല്ല.ക്ഷമയോടെ കാത്തിരുന്നാൽ നല്ല ലാഭം ഉണ്ടാവും.

ഇത്രയും മനോഹരമായ ബിസിനസിൽ നിന്ന് എന്തിന് മാറിനിൽക്കണം.

ശനിയും ഞായറും അവധിയുള്ള, ഹർത്താലും സമരങ്ങളും ബാധിക്കാത്ത, മഴയും വെയിലും കൊള്ളേണ്ടാത്ത, വാടകയും ശമ്പളവും നൽകേണ്ടാത്ത, ഗവൺമെന്റിന്റെ നൂലാമാലകളൊന്നും ആവശ്യമില്ലാത്ത, യാതൊരു തരത്തിലുള്ള നുണകളും പറയേണ്ടത്ത സ്റ്റോക്ക് മാർക്കറ്റ് ബിസിനസിൽ നിന്ന് അറിവില്ല എന്ന ഒറ്റ കാരണം കൊണ്ട് എന്തിന് മാറി നിൽക്കണം.

ഏത് മേഖലയിലും അറിവ് നേടുക എന്നതാണ് ആ മേഖലയിൽ വിജയിക്കാൻ ആദ്യം ചെയ്യേണ്ടത്.

2

ഓഹരി വ്യാപാരം / ട്രേഡിംഗ് എന്നു പറഞ്ഞാൽ എന്താണ് ?

ലളിതമായി പറഞ്ഞാൽ കുറഞ്ഞ വിലയ്ക്കു ഓഹരി വാങ്ങി കൂടിയ വിലയ്ക്ക് വിൽക്കൽ . ഉദാഹരണത്തിന് ഇന്ന് X എന്ന് പേരുള്ള ഒരു കമ്പനിയുടെ അമ്പത് രൂപ വില വരുന്ന 10 ഓഹരികൾ നിങ്ങൾ വാങ്ങിയെന്നിരിക്കട്ടെ . നിങ്ങളുടെ മുതൽ മുടക്ക് 500 രൂപ . ആ ഓഹരിയുടെ വില നാളെ 60 രൂപയായി ഉയർന്നു എന്നുമിരിക്കട്ടെ .നിങ്ങൾ 50 രൂപ നിരക്കിൽ ഇന്നലെ വാങ്ങിയ 10 ഓഹരികൾ ഇന്ന് 60 രൂപയ്ക്ക് വിൽക്കുമ്പോൾ നിങ്ങളുടെ ലാഭം 500-600 = രൂപ 100 .ഇനി നിങ്ങൾ 10 എണ്ണത്തിനു പകരം 1000 ഓഹരികൾ ആയിരന്നു വാങ്ങിയിരുന്നത് എങ്കിൽ നിങ്ങളുടെ

ഒറ്റ ദിന ലാഭം രൂപ 10000 . (ഇതിൽ അല്പം തുക ബ്രോക്കറെജ് കമ്മിഷൻ ,എക്സ്ചേഞ്ച് ചാർജ് സ് , ടാക്സ് എന്നിവ പോകും)

ഓഹരി വിപണിയിൽ നിക്ഷേപിയ് ക്കൽ എന്ന് പറയുന്നത് എന്താണ് ?

ലളിതമായി പറഞ്ഞാൽ ദീർഘകാലം അല്ലെങ്കിൽ ഹ്രസ്വ കാലം നമ്മൾക്ക് ഇഷ്ട്ടമുള്ള ഒരു കമ്പനിയുടെ ,

അല്ലെങ്കിൽ അനേകം കമ്പനികളുടെ ഓഹരികൾ വാങ്ങി കൈവശം വയ്ക്കൽ .

പ്രവാസലോകം നൽകി വന്ന സാമ്പത്തിക സമൃദ്ധി മങ്ങിയിരിക്കുന്നു. ഗൾഫിൽ എല്ലായിടത്തും സ്വദേശിവൽക്കരണം ശക്തമായി നടപ്പിലാക്കി വരുന്നു. മുൻപ് മലയാളികളുടെ കുത്തകയായിരുന്ന പല തൊഴിൽ രംഗങ്ങളിലും നമുക്ക് ഇപ്പോൾ പ്രവേശനം ഇല്ലാതായിരിക്കുന്നു. പലരും നാട്ടിലേക്ക് തിരിച്ചു വരുന്നു. ചിലർ ഗതികേട് കൊണ്ട് അഡ്ജസ്റ്റ് ചെയ്ത് പിടിച്ചു നിൽക്കുന്നു. ഭാഗ്യവശാൽ വളരെ കുറച്ച് പേര് മാത്രം വലിയ കുഴപ്പമില്ലാതെ തുടരുന്നു.

നാട്ടിൽ വന്നാൽ എന്ത് ചെയ്യും എന്നതാണ് ഭൂരിഭാഗത്തിനെയും കുഴക്കുന്ന ചോദ്യം. തളർന്നിരിന്നിട്ട് കാര്യമില്ലല്ലോ.. മുന്നോട്ട് പോയല്ലേ പറ്റൂ..

മത്സരം ഇല്ലാത്ത, ആരെയും കബളിപ്പിക്കാതെ, നുണ പറയാതെ, ടാക്സ് വെട്ടിക്കാതെ വൻതുക ഇൻവെസ്റ്റ്മെന്റ് ഇല്ലാതെ ചെയ്യാവുന്ന ഒരു ബിസിനസ് ഉണ്ട്..

മുഴുവൻ സമയവും ചെലവഴിക്കേണ്ട.. ബന്തും ഹർത്താലും ബാധിക്കില്ല..

സ്റ്റാഫും ഷോറൂമും വേണ്ടാത്ത മാന്യമായ ഒരു ബിസിനസ്.

മതപരമായ നിയമങ്ങൾക്ക് വിരുദ്ധമല്ലാത്ത കമ്പനികൾ ഉണ്ടിവിടെ..

അറിഞ്ഞു, പഠിച്ചു, മനസ്സിലാക്കി ചെയ്താൽ ലാഭമുണ്ടാക്കാം..

ഷെയർ ട്രേഡിങ്ങ് പഠിക്കാം... വരുമാനം നേടാം

മനുഷ്യന്റെ ജീവിതം പ്രശ്നസങ്കീർണ്ണമാണ്. ഏതു നിലവാരത്തിൽ ജീവിക്കുന്ന വ്യക്തികൾ ആണെങ്കിലും ഏതെങ്കിലും തരത്തിൽ പ്രശ്നങ്ങളും പ്രയാസങ്ങളും അഭിമുഖീകരിക്കുന്നുണ്ട്. എന്നാൽ ഓരോ പ്രശ്നങ്ങളുടെയും കാരണം അന്വേഷിച്ചു പോയാൽ വലിയൊരളവുവരെ സാമ്പത്തികവുമായി ബന്ധപ്പെട്ട് കിടക്കുന്നതാണ് എന്ന് കാണാൻ കഴിയും. എല്ലാ പ്രശ്നങ്ങൾക്കും സാമ്പത്തികം ഒരു പരിഹാരം അല്ലെങ്കിലും ഭൂരിഭാഗം പ്രശ്നങ്ങളിലും അതിന് വലിയൊരു സ്വാധീനവും ആശ്വാസവും നൽകാൻ കഴിയും എന്നതാണ് സത്യം. ഇന്ന് ലഭിച്ചുകൊണ്ടിരിക്കുന്ന വരുമാനംകൊണ്ട് പലതിനും തികയാതെ വരുന്നുണ്ട്. ഇന്നത്തെ വരുമാനംകൊണ്ട് നാളെയും ജീവിക്കാൻ പറ്റില്ല എന്ന് നമ്മൾ തിരിച്ചറിയുന്നുമുണ്ട്. എന്തായിരുന്നാലും ഒരു ഉയർച്ച വരേണ്ടിയിരിക്കുന്നു. ഇപ്പോൾ കിട്ടുന്ന വരുമാനത്തിനു പുറമേ മറ്റൊരു വരുമാനം കൂടി വേണ്ടിവരുന്നു. സ്വന്തം മനസാക്ഷിയോട് ചോദിച്ചു നോക്കൂ.. നിങ്ങളും ഇങ്ങനെയൊരു പ്രശ്നം അഭിമുഖീകരിക്കുന്നില്ലേ.. കുറച്ചുകൂടി മെച്ചപ്പെട്ട അവസ്ഥ നിങ്ങളുടെയും സ്വപ്നം

അല്ലേ. മക്കൾക്കായി കരുതി വയ്ക്കാൻ അല്പം ചിലത് നിങ്ങളും ആഗ്രഹിക്കുന്നില്ലേ.. എൻറെ ഫാദർ സമ്പാദിച്ച് വകയിൽ ഉള്ളതാണ് എന്ന് പറഞ്ഞു നിങ്ങളുടെ മക്കൾക്ക് ചൂണ്ടിക്കാണിക്കാനും അഭിമാനിക്കാനും എന്തെങ്കിലും ചിലത് ബാക്കി വെക്കണ്ടേ.. വേണം എന്നാണ് നിങ്ങളുടെ ഉത്തരമെങ്കിൽ ഈ വഴി നിങ്ങൾക്കുള്ളതാണ്. ആരെയും ആശ്രയിക്കാതെ ആരുടേയും കീഴിൽ അല്ലാതെ ബന്ദും ഹർത്താലും സമരവും ഇല്ലാതെ സ്വതന്ത്രമായി ചെയ്യാവുന്ന മാന്യത ഏറിയ ഒരു ബിസിനസ്.

3

ദീർഘകാല /ഹ്യസ്വകാല നിക്ഷേപം എന്നാൽ എന്താണ് ?

<u>**ദീർഘകാല നിക്ഷേപം എന്നാൽ :-**</u>

ഉദാ: 2000- ൽ നിങ്ങൾ വിപ്രോ എന്ന കമ്പനിയുടെ 100 ഓഹരി കൾ (അന്നത്തെ വില ഓഹാരിയൊന്നിന് 100 രൂപ) 10000 രൂപ മുടക്കി

വാങ്ങിയിട്ടൂണ്ടായിരിന്നുവെന്നിരിയ്ക്കട്ടെ   . വിപ്രോയുടെ ഇന്നത്തെ ഓഹരി വില അനുസരിച്ച് അന്നത്തെ നിങ്ങളുടെ 10000 രൂപയുടെ നിക്ഷേപ് മുല്യം ഇന്ന് 534 കോടി രൂപയായി മാറുമായിരുന്നു.

<u>ഹ്രസ്വകാല നിക്ഷേപം :-</u>

ഇന്ന് വാങ്ങി ഇന്ന് വിൽക്കാം . അതിനെ ഡേ ട്രേഡിംഗ് എന്ന് വിളിക്കുന്നു .

ഇന്ന് വാങ്ങി നാളെ ,അല്ലെങ്കിൽ രണ്ടു ദിവസം ,ഒരാഴ്ച ,ആറു മാസം കഴിഞ്ഞ് ഇങ്ങനെ വാങ്ങി വിൽക്കുന്നതിനെ ഹ്രസകാല നിക്ഷേപം എന്ന് പറയാം .

4

ഓഹരി വിപണിയിൽ നിക്ഷേപിയ്ക്കാൻ / ട്രേഡിംഗ് നടത്താൻ എന്ത് ചെയ്യണം ?

ഓഹരി വിപണിയിൽ നിക്ഷേപം തുടങ്ങുന്നതിന് പ്രാഥമികമായി വേണ്ട കാര്യങ്ങൾ എന്തൊക്കെയാണെന്ന് പുതിയ നിക്ഷേപകർ അറിഞ്ഞിരിക്കേണ്ടതുണ്ട്.

ഓഹരി വാങ്ങുന്നതിന് ,വാങ്ങുവാൻ പോകുന്നയാളിന് ഒരു ബാങ്ക് അക്കൗണ്ട്, ഒരു ട്രേഡിങ് അക്കൗണ്ട്, ഒരു ഡീമാറ്റ് അക്കൗണ്ട് എന്നിങ്ങനെ മൂന്ന് അക്കൗണ്ടുകൾ ആവശ്യമാണ്.

<u>ബാങ്ക് അക്കൗണ്ട് എന്തിന് :</u>

ഓഹരികൾ വാങ്ങുന്നതിന് പണം കൈമാറാനും വിൽക്കുമ്പോൾ പണം സ്വീകരിക്കുന്നതിനുമാണ് ബാങ്ക് അക്കൗണ്ട് ആവശ്യമുള്ളത്. നെറ്റ് ബാങ്കിങ് സൗകര്യമുള്ള അക്കൗണ്ടാണെങ്കിൽ അനായാസം പണം കൈമാറാനും ഓഹരി വാങ്ങാനും കഴിയും.

<u>ട്രേഡിങ് അക്കൗണ്ട് :</u>

സ്റ്റോക്ക് എക്സേചഞ്ചിനും നിങ്ങൾക്കും ഇടയിലുള്ള മധ്യവർത്തിയാണ് ബ്രോക്കർമാർ. ഇവരിലൂടെയാണ് വാങ്ങലുകൾ വിൽക്കലുകൾ എന്നിവ സാധ്യമാകുക.

<u>ഡീമാറ്റ് അക്കൗണ്ട് :</u>

നിങ്ങളുടെ പണം ബാങ്ക് അക്കൗണ്ടിൽ സൂക്ഷിക്കുന്നതുപോലെ ഓഹരികൾ സൂക്ഷിക്കുന്ന ഇടമാണ് ഡീമാറ്റ് അക്കൗണ്ട്. ഓഹരി വാങ്ങിയാൽ നിങ്ങളുടെ പേരിലുള്ള ഡീമാറ്റ് അക്കൗണ്ടിലാണ് വരവ് വയ്ക്കുക. അതുപോലെതന്നെ വിറ്റാൽ അക്കൗണ്ടിൽനിന്ന് പ്രസ്തുത ഓഹരി പിൻവലിക്കുകയും ചെയ്യും. നിക്ഷേപകൻ നേരിട്ടല്ല, ഓഹരി ബ്രോക്കർ വഴിയാണ് ഡീമാറ്റ് അക്കൗണ്ട് എടുക്കുക.

ഓഹരി നിക്ഷേപം തുടങ്ങുന്നതിനായി നിക്ഷേപകർ ആദ്യമായി ചെയ്യേണ്ടത് ഒരു ഡീമാറ്റ് അക്കൗണ്ട് തുറക്കുകയാണ്. ഇത് ഒരു ബാങ്ക് അക്കൗണ്ട് തുറക്കുന്നതു പോലെ ലളിതമായ പ്രക്രിയയാണ്. ബാങ്കിൽ പണമിടുന്നതിനും ചെക്ക് ഇടപാടുകൾ നടത്തുന്നതിനും നിങ്ങൾക്ക് സ്വന്തമായ അക്കൗണ്ട് ആവശ്യമാണെന്നതു പോലെ ഓഹരികൾ വാങ്ങുകയും വിൽക്കുകയും ചെയ്യുന്നതിന് നിങ്ങൾക്ക് സ്വന്തമായി ഡീമാറ്റ് അക്കൗണ്ട് ആവശ്യമാണ്. ഓഹരികൾ വാങ്ങുകയും വിൽക്കുകയും ചെയ്യുന്നത് നാഷണൽ സ്റ്റോക്ക് എക്സ്ചേഞ്ച് (എൻഎസ്ഇ), ബോംബെ സ്റ്റോക്ക് എക്സ്ചേഞ്ച് (ബിഎസ്ഇ) എന്നീ എക്സ്ചേഞ്ചുകൾ വഴിയാണ്. ഈ എക്സ്ചേഞ്ചുകളിൽ നിന്ന് ഓഹരികൾ വാങ്ങുന്ന നിക്ഷേപകന് ഓഹരികൾ

സർട്ടിഫിക്കറ്റുകളായോ ഭൗതികരൂപത്തിലോ അല്ല ലഭിക്കുന്നത്, ഡീമാറ്റ് രൂപത്തിലാണ്. ഓഹരികൾ ഡീമാറ്റ് രൂപത്തിൽ കൈവശം വെക്കുന്നതിനുള്ള അക്കൗണ്ടാണ് ഡീമാറ്റ് അക്കൗണ്ട്. ഡീമാറ്റ് അക്കൗണ്ടില്ലാതെ ഓഹരികൾ വാങ്ങുകയോ വിൽക്കുകയോ ചെയ്യാനാകില്ല.

സേവിങ്സ് ബാങ്ക് അക്കൗണ്ട് തുറക്കുന്നതിന് ബാങ്കിനെയാണ് സമീപിക്കേണ്ടതെങ്കിൽ ഡീമാറ്റ് എക്കൗണ്ട് തുറക്കുന്നതിനായി ഒരു ഡെപ്പോസിറ്ററി പാർട്ടിസിപ്പന്റിനെ (ഡിപി)യാണ് സമീപിക്കേണ്ടത്. ഓഹരികളിൽ ഇടപാട് നടത്തുന്നതിനുള്ള ബ്രോക്കിങ് കമ്പനികൾ ഉൾപ്പെടെയുള്ള ഒട്ടേറെ സ്ഥാപനങ്ങൾ ഡെപ്പോസിറ്ററി പാർട്ടിസിപ്പന്റുകൾ ആയി പ്രവർത്തിക്കുന്നുണ്ട്. ഡെപ്പോസിറ്ററി പാർട്ടിസിപ്പന്റ് ബ്രോക്കർ (നാഷണൽ സ്റ്റോക്ക് എക്സ്ചേഞ്ചിലെയോ ബോംബെ സ്റ്റോക്ക് എക്സ്ചേഞ്ചിലെയോ അംഗമാണ് ബ്രോക്കർ) ആകണമെന്നില്ല. ഉദാഹരണത്തിന് ഡീമാറ്റ് അക്കൗണ്ട് തുറക്കുന്നതിനുള്ള സേവനം നൽകുന്ന ബാങ്ക് ബ്രോക്കിങ് സേവനം നൽകണമെന്നില്ല.

ബാങ്ക് പാസ്ബുക്കോ അക്കൗണ്ട് സ്റ്റേറ്റ്മെന്റോ പോലെ ഡെപ്പോസിറ്ററി പാർട്ടിസിപ്പന്റുകൾ ഡീമാറ്റ് അക്കൗണ്ടിനെ കുറിച്ചുള്ള സ്റ്റേറ്റ്മെന്റുകൾ നിക്ഷേപകർക്ക് നൽകാറുണ്ട്. ഈ സ്റ്റേറ്റ്മെന്റിൽ നിങ്ങൾ വാങ്ങിയ ഓഹരികളുടെയും വിറ്റ ഓഹരികളുടെയും നിലവിൽ കൈവശമുള്ള ഓഹരികളുടെയും വിശദാംശങ്ങൾ വ്യക്തമാക്കിയിരിക്കും. നെറ്റ് ബാങ്കിങ് വഴി സേവിങ്സ് അക്കൗണ്ടിലെ ഇടപാടുകൾ സംബന്ധിച്ച വിവരങ്ങൾ പരിശോധിക്കാമെന്ന പോലെ ഓൺലൈൻ വഴി ഡീമാറ്റ് അക്കൗണ്ട് സംബന്ധിച്ച വിശദാംശങ്ങൾ നിക്ഷേപകർക്ക് പരിശോധിക്കാവുന്നതാണ്.

നിർദ്ദിഷ്ട ഫോറത്തിലാണ് ഡീമാറ്റ് അക്കൗണ്ട് തുറക്കുന്നതിനായി അപേക്ഷ നൽകേണ്ടത്. ഡീമാറ്റ് അക്കൗണ്ട് തുറക്കുന്നതിന് പാൻ (പെർമനന്റ് അക്കൗണ്ട് നമ്പർ) കാർഡ് നിർബന്ധമാണ്. അതിനാൽ പാൻ കാർഡ് ഇല്ലാത്തവർ ഡീമാറ്റ് അക്കൗണ്ട് തുറക്കുന്നതിനായി ആദ്യം ചെയ്യേണ്ടത് പാൻ കാർഡിനുള്ള അപേക്ഷ നൽകുകയാണ്. പാൻ കാർഡിനു പുറമെ വോട്ടർമാരുടെ തിരിച്ചറിയൽ കാർഡ്, പാസ്പോർട്ട് തുടങ്ങിയ ഏതെങ്കിലും ഫോട്ടോ പതിപ്പിച്ച തിരിച്ചറിയൽ കാർഡിന്റെ കോപ്പിയും ഡീമാറ്റ് അക്കൗണ്ട്

തുറക്കുന്നതിനുള്ള   അപേക്ഷക്കൊപ്പം
നൽകിയിരിക്കണം.

ഓഹരി ഇടപാടുകൾ നടത്തുന്നതിന് ഡീമാറ്റ് അക്കൗണ്ട് തുടങ്ങുന്നതിനൊപ്പം ഒരു ട്രേഡിങ് അക്കൗണ്ടും തുറന്നിരിക്കണം. ഓഹരികൾ വാങ്ങുന്നതിനായി വിനിയോഗിക്കുന്ന പണം ഈ അക്കൗണ്ടിലാണ് സൂക്ഷിക്കുന്നത്. ഓഹരികൾ വാങ്ങുമ്പോൾ ട്രേഡിങ് അക്കൗണ്ടിൽ നിന്നും അതിനുള്ള പണം ബന്ധപ്പെട്ട സ്റ്റോക്ക് എക്സ്ചേഞ്ചിലേക്ക് ട്രാൻസ്ഫർ ചെയ്യപ്പെടും. ഓഹരികൾ വിൽക്കുമ്പോൾ സ്റ്റോക്ക് എക്സ്ചേഞ്ചിൽ നിന്നും ലഭിക്കുന്ന പണം ട്രേഡിങ് അക്കൗണ്ടിലേക്കാണ് വരിക. ട്രേഡിങ് അക്കൗണ്ടിലെ പണം എപ്പോൾ വേണമെങ്കിലും ബാങ്ക് അക്കൗണ്ടിലേക്ക് മാറ്റാവുന്നതാണ്. ഇതിനായി ബന്ധപ്പെട്ട ബ്രോക്കിങ് സ്ഥാപനത്തിന് നിർദേശം നൽകിയാൽ മതി.

<u>ഓൺലൈൻ അക്കൗണ്ട് :</u>

ഓഹരി ഇടപാടുമായി ബന്ധപ്പെട്ട സാങ്കേതിക വിദ്യയിൽ കുതിപ്പ് തന്നെയുണ്ടായിട്ടുണ്ട്. നിക്ഷേപകന് ഓൺലൈനായി ഓഹരി വാങ്ങാനും വിൽക്കാനും കഴിയും. കംപ്യൂട്ടർ

വഴിയോ മൊബൈൽ ആപ്പ് വഴിയോ ഇത് സാധ്യമാണ്. ആരെയും ആശ്രയിക്കാതെ നേരിട്ടുതന്നെ ടെർമിനലിൽനിന്ന് ഓഹരി വാങ്ങാൻ ഓൺലൈൻ അക്കൗണ്ടിലൂടെ കഴിയും. ഓഹരി വിലയുടെ നീക്കങ്ങൾ നേരിട്ട് കാണുകയുമാകാം.

യാത്രയിലാണെങ്കിൽപോലും ഓഹരി വാങ്ങാനും വിൽക്കാനും മൊബൈൽ ആപ്പ് സഹായിക്കും.

ഓഹരി വിപണിയിൽ നിക്ഷേപിയ്ക്കാൻ എത്ര പണം ? :വെറും *500* രൂപ കൊണ്ടും തുടങ്ങാം ..!

മ്യൂച്ചൽ ഫണ്ട്സ് ,ബോണ്ട്സ് , ഈ.ടി.എഫ് ,കമ്മോടിറ്റി ട്രേഡിംഗ് തുടങ്ങിയ മറ്റനേകം നിക്ഷേപ വ്യാപാര രീതികളും ഓഹരി വിപണിയിൽ ഉണ്ട്.

5

ഓഹരിയിൽ എങ്ങനെ നിക്ഷേപിക്കാം?

ഓഹരിയിൽപണം എങ്ങനെ നിക്ഷേപിക്കണം, റിയൽ എസ്റ്റേറ്റിൽ വിൽക്കലും വാങ്ങലും എങ്ങനെ നടത്തണം എന്നതൊന്നും പഠിക്കുന്ന ഒരു കോഴ്സും നമ്മുടെ നാട്ടിലില്ല. കേരളം പുരോഗതി പ്രാപിക്കണമെങ്കിൽ സാമ്പത്തിക സാക്ഷരത കൂടിയേ തീരൂ.

ഷെയർ മാർക്കറ്റിലെ വിവിധ നിക്ഷേപ സാധ്യതകൾ ഏതെല്ലാം?

നിങ്ങളുടെ സമ്പാദ്യം ഓഹരിയിലാണോ മ്യൂച്വൽ ഫണ്ടിലാണോ നിക്ഷേപിക്കാൻ ഉദ്ദേശിക്കുന്നത്?

മ്യൂച്വൽ ഫണ്ട്

നിങ്ങളുടെ സമ്പാദ്യം ഓഹരിയിലാണോ മ്യൂച്വൽ ഫണ്ടിലാണോ നിക്ഷേപിക്കാൻ ഉദ്ദേശിക്കുന്നത്? ഒരുപാടുപേർക്ക് ഓഹരിയിൽ പരീക്ഷണം നടത്തണമെന്നുണ്ട്. ഒരു തുടക്കം കിട്ടാത്തതിന്റെ പ്രശ്നമാണ് പലർക്കും. അതോടൊപ്പം കഷ്ടപ്പെട്ട് കൂട്ടിവെച്ച പണം നഷ്ടപ്പെടുമോയെന്ന ആശങ്കയും കൂടെയുണ്ട്. വിപണിയിൽ നിക്ഷേപിക്കുമ്പോൾആദ്യം ആശങ്ക ഒഴിവാക്കുക... മികച്ച ഓഹരികൾ കണ്ടെത്തുക, അവയിൽ നിക്ഷേപിക്കുക, ഓഹരിയുടെ നീക്കങ്ങൾ ശ്രദ്ധാപൂർവം നിരീക്ഷിക്കുക തുടങ്ങിയവയ്ക്ക് സമയമില്ലാത്തവർ മ്യൂച്വൽ ഫണ്ടിൽ നിക്ഷേപിക്കുകയാണ് ഉചിതം.

കുറഞ്ഞ തുകയാണെങ്കിൽ മ്യൂച്വൽ ഫണ്ടാണ് മികച്ചത് ചെറിയ തുകമാത്രമേ നിക്ഷേപിക്കാൻ ഉദ്ദേശിക്കുന്നുള്ളൂവെങ്കിൽ നേരിട്ട് എപ്പോഴും മ്യൂച്വൽ ഫണ്ടാണ് അനുയോജ്യം. അതായത്, പ്രതിവർഷം ഒന്നര ലക്ഷം രൂപയിൽ

താഴെയാണ് നിക്ഷേപിക്കാൻ ഉദ്ദേശിക്കുന്നതെങ്കിൽ മ്യൂച്ചൽ ഫണ്ട് തിരഞ്ഞെടുക്കാം. മികച്ച ഓഹരികൾ കണ്ടെത്തുക, അവയിൽ നിക്ഷേപിക്കുക, ഓഹരിയുടെ നീക്കങ്ങൾ ശ്രദ്ധാപൂർവം നിരീക്ഷിക്കുക തുടങ്ങിയവയ്ക്ക് സമയമില്ലാത്തവരും മ്യൂച്ചൽ ഫണ്ടിൽ നിക്ഷേപിക്കുകയാണ് ഉചിതം.

മ്യൂച്ചൽ ഫണ്ടിൽ നിക്ഷേപിക്കുമ്പോൾ ശ്രദ്ധിക്കേണ്ട കാര്യങ്ങൾ നിങ്ങൾക്ക് അനുയോജ്യമായ ഒരു പ്ലാൻ തിരഞ്ഞെടുക്കുകയാണ് വേണ്ടത്. അഡൈ്വസർ പറഞ്ഞു തരുന്നത് അപ്പാടെ സ്വീകരിക്കാതിരിക്കുക. തുക മുഴുവനായും തവണകളായും നിക്ഷേപിക്കാൻ അവസരമൊരുക്കുന്ന പ്ലാനുകളുണ്ട്. ഒരേ ഫണ്ട് ഫാമിലിയിലുള്ള മറ്റു ഫണ്ടുകളിലും നിക്ഷേപിക്കാൻ അവസരമൊരുക്കുന്ന ഫണ്ടുകളും വിപണിയിൽ സുലഭം. നിക്ഷേപകന്റെ ആവശ്യവും സാഹചര്യവുമനുസരിച്ച് പ്ലാനുകൾ തിരഞ്ഞെടുക്കണം.

ഓഹരി വിൽപ്പന പരമാവധി വൈകിയാക്കുക

ഓഹരി വിൽക്കുന്ന തീരുമാനം പരമാവധി വൈകിപ്പിക്കുന്നതാണ് നല്ലത്. ഓഹരികൾ ഏറ്റവും കുറഞ്ഞ വിലയിൽ വാങ്ങി ഉയർന്ന വിലയിൽ വിൽക്കുക എന്നതൊക്കെ തികച്ചും സാങ്കൽപ്പികമായ കാര്യമാണ്. നല്ല കമ്പനികളുടെ സ്റ്റോക്കുകൾ ന്യായമായ നിരക്കിൽ വാങ്ങി കൂടിയ വില എത്തുമ്പോൾ വിൽക്കുക എന്നതാണ് നിക്ഷേപകർക്ക് സ്വീകരിക്കാവുന്ന തന്ത്രം. പക്ഷേ അന്തിമ തീരുമാനമെടുക്കും മുമ്പ് ചില കാര്യങ്ങളും സാഹചര്യങ്ങളും വിലയിരുത്തുന്നത് ഉചിതമാകും.

വിപണിയിലെ മാറ്റങ്ങളിൽ പതറരുത് നിക്ഷേപം നടത്തിയ കമ്പനിയുടെ ഉൽപ്പന്നത്തിനോ സേവനത്തിനോ മാറിയ സാഹചര്യത്തിൽ സാധ്യതയില്ലെന്ന് കണ്ടാലും എത്രയും വേഗം അത്തരം കമ്പനികളുടെ സ്റ്റോക്കുകൾ വിറ്റുമാറണം. എന്നാൽ ഏതാനും പാദങ്ങളിലായി മോശം റിസൽട്ട് പുറത്തുവിടുകയും അതിന്റെ ഫലമായി ഓഹരി വിലയിടിഞ്ഞാലും ഭാവിയിൽ സാധ്യത നിലനിർത്തുന്ന കമ്പനികളുടെ ഓഹരികൾ വിൽക്കരുതെന്ന് വിദഗ്ധർ മുന്നറിയിപ്പ് നൽകുന്നു. എന്നാൽ ഇത്തരം ഒരു തീരുമാനമെടുക്കുമ്പോഴും ഓരോ നിക്ഷേപകനും റിസ്കെടുക്കാനുള്ള ശേഷി

സ്വയം വിലയിരുത്തണം. ഓഹരി വാങ്ങുമ്പോൾ തന്നെ അതിൽ നിന്നുണ്ടാക്കാവുന്ന നേട്ടത്തെ കുറിച്ചും താങ്ങാവുന്ന നഷ്ടത്തെ കുറിച്ചും കൃത്യമായ ധാരണ നിക്ഷേപകർ മനസിൽ കുറിക്കുന്നത് ഉചിതമാകുമെന്ന് വിദഗ്ധർ ചൂണ്ടിക്കാട്ടുന്നു.

മ്യൂച്വൽ ഫണ്ട് ട്രേഡിംഗിന് ബി.എസ്.ഇ ആപ്പ് പുറത്തിറക്കി

ആൻഡ്രോയ്ഡ് മൊബൈൽ ഉപയോക്താക്കൾക്കാണ് ആപ്പ് ഉപയോഗിക്കാൻ സാധിക്കുന്നത്. ഈ മൊബൈൽ ആപ്പിലൂടെ ഇനിമുതൽ ഫണ്ടുകൾ വാങ്ങുകയും വിൽക്കുകയും ചെയ്യാം. പ്രതിമാസം നാലു ലക്ഷം എസ്ഐപികൾ ബിഎസ്ഇ സ്റ്റാർ എംഎഫ് കൈകാര്യം ചെയ്യുന്നുണ്ട്. നിലവിൽതന്നെ ബിഎസ്ഇ സ്റ്റാർ എംഎഫ് എന്ന പേരിൽ ഓൺലൈൻ പ്ലാറ്റ്ഫോമുണ്ട്. ഈ പ്ലാറ്റ് ഫോംവഴി നാല് ലക്ഷം എസ്ഐപി നിക്ഷേപമാണ് പ്രതിമാസം നടക്കുന്നത്. അതേസമയം, കഴിഞ്ഞ വർഷം വിവിധ മ്യൂച്വൽ ഫണ്ട് പദ്ധതികളിൽ നിക്ഷേപകർ 2.86 ലക്ഷം കോടി രൂപയുടെ നിക്ഷേപം നടത്തി. 2022-ൽ ഇത് 1.77 ലക്ഷം കോടി രൂപയായിരുന്നുവെന്ന് അസോസിയേഷൻ ഓഫ് മ്യൂച്വൽ ഫണ്ട്സ് ഇൻ ഇന്ത്യ പറഞ്ഞു.

ഓഹരി, മ്യൂച്വൽ ഫണ്ട്

ഇന്ത്യൻ കമ്പനികളുടെ ഓഹരികളിൽ നിക്ഷേപം നടത്തിയിട്ടുണ്ടെങ്കിൽ അവയിൽ നിന്നും ലഭിക്കുന്ന ലാഭവിഹിതത്തിനും ഓഹരി അധിഷ്ഠിത മ്യൂച്വൽ ഫണ്ടുകളിൽ നിന്നും ലഭിക്കുന്ന ലാഭവിഹിതത്തിനും നികുതി

അടയ്ക്കേണ്ടതില്ല.

നിക്ഷേപത്തിന് നല്ല സ്റ്റോക്ക് എങ്ങനെ കണ്ടുപിടിക്കാം

നിക്ഷേപത്തിനു അനുയോജ്യമായ ആയിരക്കണക്കിന് കണക്കിന് ഷെയറുകളാണ് മാർക്കറ്റിൽ ഉള്ളത് അവയിൽ ചിലതു എടുത്തുപറയുക ബുദ്ധിമുട്ടേറിയതും അപ്രായോഗികവും ആകും. എന്നിരുന്നാലും തുടക്കക്കാർക്ക് മികച്ച ഓഹരികൾ തിരഞ്ഞെടുക്കാനുള്ള വഴികളിൽ ആദ്യം ചെയ്യേണ്ടത് ഓഹരി നിക്ഷേപത്തിനെപ്പറ്റി ഇന്റർനെറ്റിൽ സേർച്ച് ചെയ്ത മനസ്സിലാക്കുക എന്നതാണ്.

ഓഹരികളുടെ വില നിർണ്ണയിക്കുന്ന ഘടകങ്ങൾ ഏതൊക്കെ എന്ന് മനസ്സിലാക്കുകയാണ് പ്രധാനം. ഉദാ: (കമ്പനിയുടെ *Turnover/Sales/Revenue, Net Profit* (ബാങ്കുകൾക്ക് *NPA* യും പ്രധാനമാണ്) *P/E ratio, P/B Ratio, current Ratio, dividend* അഥവാ *els coloo,*

Debt-Equity ട്രെങ്ത് ഇൻഡക്സ്

ഇത് ഒരു ഷെയർ ഇനിയുള്ള നാളുകളിൽ വില ഉയരാനോ താഴാനോ അതേ വിലയിൽ തുടരാനോ ഉള്ള സാധ്യത കാണിക്കുന്നു. ഒരു കമ്പനിയുടെ ഉത്പന്നങ്ങളുടെ ഇപ്പോഴുള്ള വിപണന മൂല്യം ഉദാ: മരുന്ന് നിർമാണ കമ്പനികളുടെ ഷെയർ മാർക്കറ്റ് വിലകൾ ഈ കാലയളവിൽ വളരെയധികം മുന്നോട്ടു പോയി - *Alembic Pharma, Granules India, Jubilant Life Sciences, Laurus Labs, Morepen Labs; coco* സമയം കൊടുത്ത കടം തിരികെ വരാനുള്ള സാധ്യത കുറയും എന്ന് പേടിയിൽ ആൾക്കാർ ബാങ്കിങ് സ്റ്റോക്കുകൾ വിറ്റു.

ഇപ്പോൾ വാങ്ങാൻ പറ്റിയ ബാങ്കിങ് സ്റ്റോക്കുകൾ :

IndusInd ബാങ്ക്; *HDFC Bank; SBI, Axis Bank, Bandhan Bank, Kotak Mahindra Bank, The Federal Bank.*

ഉത്പന്നങ്ങളുടെ തുടർന്നുള്ള വിപണന സാധ്യതകൾ.

ഉദാ: കാർഷികോല്പന്നങ്ങളുമായി ബന്ധപ്പെട്ട് വ്യവസായങ്ങൾക്ക് ഇനി നല്ല കാലമാണ്. *Kaveri Seed company, Mangalam Seeds.* സമ്പദ് വ്യവസ്ഥ , സർക്കാർ തീരുമാനങ്ങൾ എന്നിവ. ഉദാ: *Make In India* പദ്ധതി പ്രകാരം പ്രതിരോധ ആയുധ നിർമാതാക്കളുടെ ഷെയറുകൾക്ക് ഇനി നല്ല സമയം ആണ്. ഉദാ: *Bharat Dynamics, Hindustan Aeronautics.*

അതുപോലെ ചില ദേശസാൽകൃത ബാങ്കുകളും സർക്കാർ ഉടമസ്ഥതയിലുള്ള മറ്റു സ്ഥാപനങ്ങളും വിൽക്കാൻ തീരുമാനിച്ചതും അവയുടെ വില മാർക്കറ്റിൽ ഉയരാൻ സഹായിച്ചിട്ടുണ്ട്. ഉദാ: *IDBI* ബാങ്ക് *Management* അഥവാ കമ്പനി നടത്തിപ്പിനുള്ള മിടുക്ക് (ഇതറിയാൻ കഴിഞ്ഞ കുറെ കൊല്ലങ്ങളായി കമ്പനിയുടെ വിൽപ്പന വരുമാനം, ലാഭം, ഡയറക്ടർമാർ ഇതെല്ലം അറിഞ്ഞിരിക്കണം.)

<u>ഒഴിവാക്കപ്പെടേണ്ട ഷെയർ:</u>

ഇതൊരു വിവാദപരമായ വിഷയമാണെങ്കിലും അറിഞ്ഞിരിക്കേണ്ടത് അത്യാവശ്യമാണ്. ഇപ്പോൾ വൊഡാഫോൺ, യെസ് ബാങ്ക്, രുചി സോയ പോലെയുള്ള ഷെയറുകളിൽ നിക്ഷേപിക്കാതിരിക്കുന്നതാകും ബുദ്ധി.

6

ഓഹരി എപ്പോൾ വിൽക്കാം?

ഏതൊരു നിക്ഷേപവും വ്യക്തമായ ലക്ഷ്യത്തോടെ നടത്തണമെന്നാണ് സാമ്പത്തിക വിദഗ്ധർ പറയുന്നത്. എന്തിനുവേണ്ടിയാണോ ഓഹരി നിക്ഷേപം നടത്തിയത് ആ ലക്ഷ്യം നേടാൻ വേണ്ടി വിൽക്കാം. കുട്ടിയുടെ ഉന്നത വിദ്യാഭ്യാസത്തിനുള്ള തുക കണ്ടെത്താനോ ജോലിയിൽ നിന്ന് വിരമിക്കുമ്പോൾ വിശ്രമ ജീവിതം സുഖമായി നയിക്കാനോ ഒക്കെയാണ് ഓഹരി നിക്ഷേപം നടത്തിയതെങ്കിൽ ആ സാഹചര്യം വരുമ്പോൾ ഓഹരി വിറ്റ് പണം നേടുക തന്നെ ചെയ്യാമെന്ന് വിദഗ്ധർ പറയുന്നു.

2022 ലെ ഓഹരി വിപണിയെ വിശകലനം ചെയ്യുമ്പോൾ കൗതുകകരമായ പല കണക്കുകളും നമ്മുടെ മുന്നിലെത്തും. ഇന്ത്യയിൽ 2022 നുശേഷം എണ്ണ, ഗ്യാസ്, മെറ്റൽ മേഖലകൾ ഏറ്റവും കൂടുതൽ നേട്ടമുണ്ടാക്കിയ വർഷം കൂടിയാണ് കടന്നു പോകുന്നത്. കഴിഞ്ഞ വർഷം 50 ശതമാനത്തിലധികം ലാഭം നൽകിയ 5 പ്രധാന ഓഹരികൾ ഏതൊക്കെയാണെന്ന് നോക്കാം.

ഹിൻഡാൽകോ ഇൻഡസ്ട്രീസ്

കഴിഞ്ഞ ഡിസംബറിൽ 80 രൂപയുണ്ടായിരുന്ന ഹിൻഡാൽകോ ഇൻഡസ്ട്രീസ് ഇപ്പോൾ 169.75ലാണ് ട്രേഡിങ് നടത്തികൊണ്ടിരിക്കുന്നത്. കഴിഞ്ഞ 52 ആഴ്ചയിലെ കണക്ക് പരിശോധിക്കുകയാണെങ്കിൽ 184.75 വരെ ടച്ച് ചെയ്യാൻ ഈ ഓഹരിക്ക് സാധിച്ചിട്ടുണ്ട്.

വേദാന്ത ലിമിറ്റഡ്

ഇപ്പോൾ 226 നിരക്കിൽ ട്രേഡിങ് നടത്തി കൊണ്ടിരിക്കുന്ന വേദാന്തയുടെ കഴിഞ്ഞ ഡിസംബറിലെ വില 90

രൂപയ്ക്കടുത്തായിരുന്നു. 52 ആഴ്ചയിലെ കണക്ക് നോക്കുകയാണെങ്കിൽ 248.50 ആണ് ഏറ്റവും ഉയർന്ന വില.

ഹിന്ദുസ്ഥാൻ സിങ്ക് ലിമിറ്റഡ്

ഒരു വർഷം മുമ്പ് 146 രൂപ മാത്രം വിലയുണ്ടായിരുന്ന ഓഹരിക്ക് ഇപ്പോൾ 268 രൂപ നൽകണം. നിക്ഷേപകർക്ക് വൻ ലാഭമാണ് ഈ ഓഹരി നൽകിയിട്ടുള്ളത്. 52 ആഴ്ചക്കിടയിൽ ഒരിക്കൽ 289.85ലും എത്തിയിരുന്നു.

ടാറ്റാ സ്റ്റീൽ ലിമിറ്റഡ്

ഒരു വർഷം മുമ്പ് 257 രൂപയായിരുന്നു ഓഹരിയുടെ വില. എന്നാൽ ഇപ്പോൾ 405ലാണ് വിൽപ്പന നടത്തികൊണ്ടിരിക്കുന്നത്. 52 ആഴ്ചക്കുള്ളിൽ 440 എന്ന മെച്ചപ്പെട്ട ലക്ഷ്യത്തിലെത്താനും ഈ ഓഹരിക്ക് സാധിച്ചു.

ഇന്ദ്രപ്രസ്ഥ ഗ്യാസ് ലിമിറ്റഡ്

ഒരു വർഷം മുമ്പ് 513 രൂപ മാത്രമുണ്ടായിരുന്ന ഓഹരി ഇപ്പോൾ ട്രേഡിങ് നടത്തികൊണ്ടിരിക്കുന്നത് 897 രൂപയിലാണ്. കഴിഞ്ഞ പന്ത്രണ്ട് മാസത്തെ കണക്ക് നോക്കുകയാണെങ്കിൽ ഏറ്റവും മെച്ചപ്പെട്ട പ്രകടനം 925.50 രൂപയാണ്.

7

ബ്ലൂചിപ്പ് ഓഹരികൾ?

ദീർഘകാലമായി മികച്ച പ്രവർത്തനഫല റിപ്പോർട്ടുകൾ പുറത്തുവിടുന്ന വൻകിട കമ്പനികളുടെ ഓഹരികളെയാണ് പൊതുവെ ബ്ലൂചിപ്പ് എന്ന കാറ്റഗറിയിൽ ഉൾപ്പെടുത്തുന്നത്. ഓഹരി വിപണിയിൽ എന്തു സംഭവിച്ചാലും നിക്ഷേപകർക്ക് കൃത്യമായി ഡിവിഡന്റുകൾ നൽകുന്നവയായിരിക്കും ഈ കമ്പനികൾ.

സ്വാഭാവികമായും നിക്ഷേപകർക്ക് ഏറെ വിശ്വാസമുള്ള ഈ ഓഹരികളുടെ വില വളരെ കൂടുതലായിരിക്കും. ബ്ലൂചിപ്പ് കമ്പനികളിൽ നിക്ഷേപിച്ചാൽ ഏത് സമയത്തും ലാഭം

കിട്ടുമെന്ന് പ്രതീക്ഷിക്കരുത്. ചില പ്രധാന ബ്ലുചിപ്പ് കമ്പനികൾ ഓയിൽ ആന്റ് നാച്ചുറൽ ഗ്യാസ് കോർപ്പറേഷൻ(ഒഎൻജിസി), റിലയൻസ് ഇൻഡസ്ട്രിസ് ലിമിറ്റഡ്, നാഷണൽ തെർമൽ പവർ കോർപ്പറേഷൻ(എൻടിപിസി), ഇന്ത്യൻ ഓയിൽ കോർപ്പറേഷൻ, സ്റ്റേറ്റ് ബാങ്ക് ഓഫ് ഇന്ത്യ, ഭാരതി എയർടെൽ ലിമിറ്റഡ്, ടാറ്റാ സ്റ്റീൽ, ടാറ്റാ കൺസൾട്ടൻസി സർവീസ്(ടിസിഎസ്), ഐസിഐസിഐ ബാങ്ക് ലിമിറ്റഡ്, റിലയൻസ് കമ്യൂണിക്കേഷൻ ലിമിറ്റഡ്.

8

മ്യൂച്ചൽ ഫണ്ടുകളിൽ എന്തിനാണ് നമ്മൾ പണം നിക്ഷേപിക്കുന്നത്?

മ്യൂച്ചൽ ഫണ്ട് വിവിധ നിക്ഷേപകരിൽ നിന്നും പണം സംഭരിച്ച് വയ്ക്കുകയാണ് ചെയ്യുന്നത്. ഈ നിക്ഷേപങ്ങൾ ഓഹരികളിൽ ബോണ്ടുകളിൽ മറ്റു സെക്യൂരിറ്റികളിൽ ഇല്ലെങ്കിൽ ഇതിൽ ഏതിലെങ്കിലും കൂടിച്ചേർന്നതിലായിരിക്കും. ഇത് ഒരുമിച്ച് കൂടിച്ചേരുന്നതിനെ ആണ് പോർട്ട് ഫോളിയോ എന്ന് പറയുന്നത്.

<u>പ്രൊഫഷണൽ മാനേജ്മെന്റ്</u>

ഫണ്ട് മാനേജർ വഴിയാണ് പണം നിക്ഷേപിക്കുന്നത്. ഇതിന്റെ തീരുമാനങ്ങൾ

എടുക്കുന്നത് പോർട്ട് ഫോളിയോ മാനേജർ ആണ്.

ഇക്ണോമി ഓഫ് സ്കെയിൽ

മ്യൂച്ചൽ ഫണ്ടിൽ നമുക്ക് ഒരേ സമയം വാങ്ങാനും വിൽക്കാനും സാധിക്കും. സെക്യൂരിറ്റി ട്രാൻസാക്ഷൻസ്സിനേക്കാൾ കുറവാണ് ഇതിന്റെ ട്രാൻസാക്ഷൻസ്സ്.

ലിക്യുഡിറ്റി

ഉപഭോക്താക്കൾക്ക് അവരുടെ സൗകര്യപ്രകാരം മ്യൂച്ചൽ ഫണ്ട് യൂണിറ്റുകൾ വാങ്ങാനും വിൽക്കാനും സാധിക്കും. പല ബാങ്കുകളും അവരുടേതായ മ്യൂച്ചൽ ഫണ്ടുകളിൽ ചെറിയ തുക വരെ നി ക്ഷേപിക്കാവുന്നതാണ്.

ആവശ്യത്തിന് അനുയോച്യമായ മ്യൂച്ചൽ ഫണ്ട്

മ്യൂച്ചൽ ഫണ്ട് യുവ നിക്ഷേപകർക്കും മുതിർന്ന പൗരൻമാർക്കും ഒരു പോലെ

അനുയോച്ച്യമാണ്.

നിക്ഷേപിക്കാൻ 5 മികച്ച മ്യൂച്വൽ ഫണ്ടുകൾ

ഓഹരി വിപണി ഉയരുമ്പോഴും പിന്നീട് ചാഞ്ചാടുമ്പോഴും നിക്ഷേപകർ ഉറ്റുനോക്കുന്നത് മ്യൂച്വൽ ഫണ്ടുകളെയാണ്, എസ്ഐപി മാർഗത്തിൽ ഇപ്പോൾ നിക്ഷേപം നടത്താൻ പറ്റുന്ന അഞ്ച് ഫണ്ടുകൾ.

നിശ്ചിത തുക, നിശ്ചിത ഇടവേളകളിൽ കൃത്യമായി നിക്ഷേപിച്ച് നേട്ടം കൊയ്യാൻ സഹായിക്കുന്ന അഞ്ച് മ്യൂച്വൽ ഫണ്ടുകളാണ് ഇവിടെ രേഖപ്പെടുത്തുന്നത്.

1. എസ്ബിഐ ബ്ലൂചിപ് ഫണ്ട് (SBI Bluechip Fund)

ബിഎസ്ഇ 100 സൂചികയിലെ കമ്പനികളിൽ ഏറ്റവും കുറഞ്ഞതോ അത്രതന്നെയോ വിപണി മൂല്യമുള്ള മറ്റ് കമ്പനികളിലാണ് ഈ സ്കീം നിക്ഷേപം നടത്തുന്നത്. പോർട്ട്ഫോളിയോയുടെ 78 ശതമാനം ലാർജ്

കാപ് ഫണ്ടുകളിലാണ്.

2. <u>ആദിത്യ ബിർള സൺ ലൈഫ് ഫ്രണ്ട്‌ലൻ ഇക്വിറ്റി ഫണ്ട്</u> (*Aditya Birla Sun Life Frontline Equity fund*)

വളർച്ചാ സാധ്യതയുള്ള മേഖലകളും അതിലെ മികച്ച കമ്പനികളും തെരഞ്ഞെടുത്ത് നിക്ഷേപം നടത്തുന്ന ഈ സ്കീം, ദീർഘകാല നിക്ഷേപത്തിന് അനുയോജ്യമായ വിധത്തിലാണ് രൂപകൽപ്പന ചെയ്തിരിക്കുന്നത്. നിലവിൽ ഇതിന്റെ പോർട്ട്‌ഫോളിയോയിൽ 83.82 ശതമാനം ലാർജ്കാപാണ്. 15.81 ശതമാനം മിഡ്കാപും 0.37 ശതമാനം സ്മോൾ കാപ് സ്റ്റോക്കുകളും.

3. <u>ഫ്രാങ്ക്ളിൻ ഇന്ത്യ ഹൈ ഗ്രോത്ത് ഫണ്ട്</u> (*Franklin India High growth fund*)

വളരെ വൈവിധ്യമാർന്ന പോർട്ട്‌ഫോളിയോ ആണ് ഇതിന്റേത്. പ്രധാനമായും കുറച്ച് തെരഞ്ഞെടുത്ത മേഖലകളിലാണ് ഇത്

ശ്രദ്ധയൂന്നുന്നത്. ലാർജ് കാപിലാണ് 81.33 ശതമാനവും. 17.60 ശതമാനം മിഡ് കാപിലും 1.06 സ്മോൾ കാപിലുമാണ്. തുടർച്ചയായി മികച്ച പ്രകടനമാണ് ആ ഫണ്ട് കാഴ്ചവെക്കുന്നത്. വിപണി സാഹചര്യങ്ങൾ അനുസരിച്ച് ലാർജ് കാപിലും മിഡ് കാപിലും നിക്ഷേപം നടത്താറുണ്ട്.

4. കോട്ടക് സെലക്റ്റ് ഫോക്കസ് ഫണ്ട് (Kotak Select Focus Fund)

ഉയർന്ന വളർച്ചയോ വളർച്ചാ സാധ്യതയോ ഉള്ള ഇന്ത്യൻ കമ്പനികൾ / മേഖലകൾ എന്നിവയിലാണ് ഇത് നിക്ഷേപം നടത്തുന്നത്. നിലവിൽ 66.22 ശതമാനം ലാർജ് കാപിലാണ്. 27.64 ശതമാനം മിഡ് കാപിലും 6.13 ശതമാനം സ്മോൾ കാപിലും നിക്ഷേപിച്ചിരിക്കുന്നു. മൂന്ന്, അഞ്ച് വർഷ കാലയളവിൽ മികച്ച പ്രകടനമാണ് കാഴ്ചവെച്ചിരിക്കുന്നത്. ദീർഘകാലത്തേക്ക് ഇതിൽ എസ്ഐപി നിക്ഷേപം നടത്തിയാൽ നേട്ടമുണ്ടാകാനാണിട.

5. <u>എച്ച്ഡിഎഫ്സി മിഡ്കാപ് ഓപ്പർച്ചൂണിറ്റീസ് ഫണ്ട്</u> (HDFC Midcap Opportunities Fun-d)

മിഡ് കാപ്, സ്മോൾ കാപ് ഓഹരികളിലും ഓഹരി അധിഷ്ഠിത ഉൽപ്പന്നങ്ങളിലും നിക്ഷേപം നടത്തി നേട്ടമുണ്ടാക്കുകയാണ് ഈ ഫണ്ടിന്റെ ലക്ഷ്യം. ഫണ്ടിന്റെ 59.12 ശതമാനം മിഡ് കാപിലാണ് നിക്ഷേപം നടത്തിയിരിക്കുന്നത്. 11.90 ശതമാനം സ്മോൾ കാപിലും. ലാർജ് കാപിൽ 28.98 ശതമാനം നിക്ഷേപമുണ്ട്. ഫണ്ടിന്റെ പോർട്ട് ഫോളിയോയിലുള്ള വൈവിധ്യമാണ് എസ്ഐപി നടത്താൻ മാത്രം മികച്ച ഒന്നാക്കി ഇതിനെ മാറ്റുന്നത്.

9

എസ്.ഐ.എ.പി എന്നാൽ എന്താണ്?

SIP (സിസ്റ്റമാറ്റിക് ഇൻവെസ്റ്റ്മെന്റ് പ്ലാൻ)

മ്യൂച്വൽ ഫണ്ട് പദ്ധതിയിൽ നിശ്ചിത കാലയളവിൽ ചിട്ടയായി നിശ്ചിത തുക നിക്ഷേപിക്കുന്ന പദ്ധതിയാണ് എസ്ഐപി.

ചിട്ടയോടെ നടത്തുന്ന ചെറുനിക്ഷേപങ്ങളിലൂടെ വലിയ സ്വപ്നങ്ങൾ സാക്ഷാത്കരിക്കാനുള്ള മികച്ച മാർഗങ്ങളിലൊന്നാണ് സിസ്റ്റമാറ്റിക് ഇൻവെസ്റ്റ്മെന്റ് പ്ലാൻ (ക്രമ നിക്ഷേപ പദ്ധതി അഥവാ എസ് ഐ പി). നേരിട്ട് ഓഹരിയിൽ നിക്ഷേപം നടത്താൻ സാധാരണക്കാർക്ക്

പൊതുവേ ഭയമാണ്. എവിടെ, എങ്ങനെ, എത്ര നിക്ഷേപിക്കണം എന്നൊക്കെ അവർക്ക് വലിയ നിശ്ചയമുണ്ടാവില്ല. ഇതോടെ ഓഹരി നിക്ഷേപത്തിൽ നിന്ന് ലഭിക്കാവുന്ന മികച്ച നേട്ടം ഇവർക്ക് അന്യമാവുകയും ചെയ്യുന്നു. എന്നാൽ മികച്ച മ്യൂച്വൽ ഫണ്ടുകളിൽ എസ് ഐ പി മാർഗത്തിൽ നിക്ഷേപം നടത്തിയാൽ ബുദ്ധിമുട്ടുകളും പേടിയുമില്ലാതെ ഓഹരി നിക്ഷേപത്തിന്റെ മെച്ചങ്ങൾ ഒരു പരിധി വരെ നേടാനാകും.

ഷെയർ മാർക്കറ്റിലെ റിസ്ക് എന്തൊക്കെയാണ് എന്ന് മനസ്സിലാക്കി നിക്ഷേപിക്കാൻ ഉള്ള അവസരങ്ങൾ വിലയിരുത്തുക. എത്ര കാലം നിക്ഷേപകരായി തുടരുവാൻ ഉദ്ദേശിക്കുന്നു എന്ന് തീരുമാനിക്കുക എല്ലാ മാസം ഒരു തുക അതിലേക്കായി മാറ്റി വയ്ക്കുകയാണ് ഏറ്റവും ഫലപ്രദമായ വഴി. ഇതിനെ SIP (സിസ്റ്റമാറ്റിക് ഇൻവെസ്റ്റ്മെന്റ് പ്ലാൻ) എന്നാണ് വിളിക്കാറ്. ഇതുമൂലം ഷെയർ മാർക്കറ്റിലെ അനാവശ്യ വ്യതിയാനങ്ങളിൽ നിന്നും നമുക്ക് ഒരളവുവരെ ഒഴിവാകാൻ സാധിക്കും ഷെയർ മാർക്കറ്റിനെപ്പറ്റി അധികം പരിചയമില്ലാത്തവർ *Mutual Funds* എന്ന മാർഗ്ഗത്തിലൂടെ മാർക്കറ്റിൽ നിക്ഷേപിക്കാവുന്നതാണ് നല്ലത്.

നിരവധി നല്ല *Mutual Fund products* മാർക്കറ്റിൽ ലഭ്യമാണ്. എല്ലായ്പ്പോഴും 'Direct' option ഉപയോഗപ്പെടുത്തി നിക്ഷേപിക്കുക. 'Regular option ൽ മൂന്നാമതൊരു ഏജൻസിക്ക് നാം കമ്മീഷൻ നൽകേണ്ടതായി വരും എന്ന് ഉള്ളതുകൊണ്ടാണ് 'regular' ഓപ്ഷൻ ഉപയോഗിക്കരുത് എന്ന് നിർദേശിക്കുന്നത്.

എസ്ഐപി എന്തിന്?

സാമ്പത്തിക അച്ചടക്കം ജീവിതത്തിൽ കൊണ്ടുവരാൻ എസ്ഐപി ഏറെ ഉപകരിക്കും. ഓഹരി വിപണിയിലെ കയറ്റിറക്കങ്ങളിൽ ആശങ്കപ്പെടാതെ നിക്ഷേപം നടത്താനും മികച്ച മാർഗമാണ് എസ്ഐപി. ഓഹരികളെ കുറിച്ച് കൃത്യമായ ധാരണയില്ലാത്തവർ ഓഹരി നിക്ഷേപത്തിന് മടിക്കും. അൽപ്പം ധാരണയുള്ളവർ വിപണിയിലെ കയറ്റിറക്കങ്ങളെ നോക്കിയിരുന്ന് നിക്ഷേപ തീരുമാനം നീട്ടിക്കൊണ്ടുപോകുകയും ചെയ്യും. എന്നാൽ എസ്ഐപി ഇത്തരം ആശങ്കകളെ അപ്പാടെ ഇല്ലാതാക്കും.

എസ്.ഐ.പി മെച്ചങ്ങൾ

ഓഹരി വിപണിയിൽ കയറ്റിറക്കങ്ങൾ സ്വാഭാവികമാണ്. ഫണ്ട് വില ഓരോ ദിവസവും മാറിക്കൊണ്ടിരിക്കും. നിശ്ചിത കാലയളവിൽ നിശ്ചിത തുക എസ്ഐപി വഴി നിക്ഷേപിച്ചുകൊണ്ടേയിരിക്കുമ്പോൾ, മെച്ചങ്ങൾ പലതുണ്ട്. ഫണ്ട് വില കൂടുതലാണെങ്കിൽ കുറവ് യൂണിറ്റാകും ലഭിക്കുക. ഫണ്ട് വില കുറയുമ്പോൾ കൂടുതൽ യൂണിറ്റ് ലഭിക്കും. ശരാശരി യൂണിറ്റ് വില കുറയാൻ ഇത് ഏറെ സഹായകരമാകും. അതോടൊപ്പം നേട്ടം ഉയരുകയും ചെയ്യും.

കൂട്ടുപലിശ സൃഷ്ടിക്കുന്ന മാജിക്കും ഇതോടൊപ്പം ലഭിക്കും. ദീർഘകാലം നിശ്ചിത ഇടവേളയിൽ നിക്ഷേപം തുടർന്നാൽ പത്തോ ഇരുപതോ വർഷങ്ങൾക്കു ശേഷമുള്ള സാമ്പത്തിക ലക്ഷ്യം നിറവേറ്റാൻ ഇത് ഏറെ ഉപകാരപ്പെടും. ഏറ്റവും കുറഞ്ഞത് 500 രൂപയിൽ എസ്ഐപി തുടങ്ങാം.

എസ്.ഐ.പി ശ്രദ്ധിക്കേണ്ടവ

എസ്ഐപിയിൽ ഒരിക്കൽ ചേർന്നാൽ പിന്നെ അതിൽ നോക്കേണ്ടെന്ന ധാരണ പലർക്കുമുണ്ട്. അത് ഒട്ടും ശരിയായ രീതിയല്ല. വർഷത്തിൽ ഒരിക്കലെങ്കിലും ഫണ്ടിന്റെ പ്രകടനം

പരിശോധിക്കണം. ആവശ്യമെങ്കിൽ നിക്ഷേപ തുകയും കാലയളവും ഒക്കെ പുനഃപരിശോധിക്കുകയും വേണം.

അതുപോലെ തന്നെ എസ്ഐപിയുടെ പ്രാരംഭഘട്ടത്തിൽ റിസ്ക് ഏറെ കുറഞ്ഞിരിക്കും. എന്നാൽ നിക്ഷേപ കാലയളവിന്റെ പകുതി പിന്നിടുമ്പോൾ നിക്ഷേപം കൂടുകയും അതോടൊപ്പം റിസ്ക് വർധിക്കുകയും ചെയ്യുന്നുണ്ട്. ഉദാഹരണത്തിന് നിക്ഷേപ കാലാവധി അവസാനിക്കാൻ അധികനാളില്ലാതിരിക്കുമ്പോൾ വിപണിയിൽ വലിയ ഇടിവ് സംഭവിച്ചാൽ അതുവരെയുള്ള നേട്ടത്തെയും അത് ബാധിക്കും. അതുകൊണ്ട് നമ്മുടെ സാമ്പത്തിക ലക്ഷ്യങ്ങൾ സാക്ഷാൽകരിക്കേണ്ട കാലപരിധി എത്രയാണോ അതിൽ കുറവ് പരിധിയാണ് എസ്ഐപി നിക്ഷേപത്തിന് നിശ്ചയിക്കേണ്ടത്.

അതുപോലെ വിപണിയിൽ തിരുത്തൽ നടക്കുമ്പോൾ എസ്ഐപി നിർത്തരുത്. അത്തരം സാഹചര്യത്തിൽ നിക്ഷേപം തുടരുന്നവർക്കാണ് ഭാവിയിൽ മികച്ച നേട്ടം ലഭിക്കുന്നത്.

മാസം 1000 രൂപ നീക്കിവെയ്ക്കൂ ജീവിക്കാം, ടെൻഷനില്ലാതെ സമ്പാദിക്കാനുള്ളത്ര വരുമാനമൊന്നുമില്ലെന്ന് പറയുന്ന പുതുതലമുറയ്ക്കും സ്ത്രീകൾക്കും യുവ ഫിനാൻഷ്യൽ പ്ലാനറുടെ മാർഗനിർദേശം ഒപ്പം സാമ്പത്തിക ആസൂത്രണത്തിനായി ഓൺലൈൻ പ്ലാറ്റ്ഫോമുകൾ തെരഞ്ഞെടുക്കുമ്പോൾ ശ്രദ്ധിക്കേണ്ട കാര്യങ്ങളും.

എവിടെ തുടങ്ങണം?

സമ്പാദിക്കുകയെന്നത് ഒരു ശീലമാണ്. നമ്മൾ തുടങ്ങാതെ ആ ശീലം ജീവിതത്തിന്റെ ഭാഗമാകില്ല. എത്രയും നേരത്തെ ആ ശീലം തുടങ്ങുന്നുവോ അത്രയും നല്ലത്. എന്തായാലും കരിയറിന്റെ തുടക്കത്തിൽ തീർച്ചയായും തുടങ്ങേണ്ട കാര്യങ്ങൾ ഇതൊക്കെയാണ്. വീട്ടമ്മമാരായ സ്ത്രീകൾക്കും ഇതേ വഴി തെരഞ്ഞെടുക്കാം.

റിട്ടയർമെന്റ് പദ്ധതികൾ

ജോലിക്ക് കയറുമ്പോഴേ വിരമിക്കലിനെ കുറിച്ച് ചിന്തിക്കണമോ എന്നു സംശയിക്കേണ്ട. വേണം. പ്രതിമാസം 1000 രൂപയെങ്കിലും ഇതിനായി മാറ്റിവെയ്ക്കാൻ പറ്റിയാൽ അത്രയും നല്ലത്.

ഇന്ന് എൻ.പി.എസിൽ പോലും 9 - 9.5 ശതമാനം പലിശ കിട്ടുന്നുണ്ട്. വളരെ നേരത്തെ തന്നെ നിക്ഷേപം തുടങ്ങുന്നവർക്ക് ജോലിയിൽ നിന്ന് വിരമിക്കുന്ന കാലത്ത് പ്രതിമാസം നല്ലൊരു തുക തന്നെ ഇത്തരം പദ്ധതികളിലൂടെ ലഭിക്കും. റിട്ടയർമെന്റ് പദ്ധതികളിൽ നിക്ഷേപം നടത്താൻ വൈകുന്തോറും, നിലവിലുള്ള ജീവിതശൈലിയിൽ വലിയ വ്യത്യാസമില്ലാതെ ജീവിക്കാൻ പറ്റുന്ന വിധം വരുമാനം ലഭിക്കാൻ വൻ തുക നിക്ഷേപം നടത്തേണ്ടി വരും. നേരത്തെ തുടങ്ങിയാൽ ചെറിയ തുകയിലൂടെ വലിയൊരു തുക സമ്പാദിക്കാനാകും.

ഓഹരി വിപണി പുതിയ ഉയരങ്ങളിൽ

ഓഹരി തെരഞ്ഞെടുക്കൽ ഒട്ടും എളുപ്പമല്ല, ഏറെ ശ്രദ്ധയോടെ കണക്കുകൂട്ടലുകൾ നടത്തിയാൽ അവസരങ്ങൾ മുതലെടുക്കാം.

നമ്മുടെ സമ്പദ് വ്യവസ്ഥ ആഭ്യന്തര ഉപഭോഗത്താൽ മുന്നോട്ട് നയിക്കപ്പെടുന്നതാണ്. അതുകൊണ്ട് തന്നെ ആഗോള കയറ്റിറക്കങ്ങളോട് വല്ലാതെ പ്രതികരിക്കാതെ നിലനിൽക്കുന്ന ഇന്ത്യൻ സമ്പദ് വ്യവസ്ഥ ലോകമെമ്പാടുമുള്ള ഫണ്ട് മാനേജർമാരുടെ ഇഷ്ടഡെസ്റ്റിനേഷനാക്കി

നിലനിർത്തുകയാണ്.

10

ഇത് നിക്ഷേപിക്കാൻ അനുയോജ്യമായ സമയമാണോ?

നിക്ഷേപകർ പൊതുവേ ചോദിക്കുന്ന ചോദ്യമാണിത്. വരും മാസങ്ങളിൽ വിപണിയിൽ അതിന്റെ ചരിത്രപരമായ ഉയർന്നതലത്തേക്കാൾ കൂടുതൽ ഉയരങ്ങളിൽ ട്രേഡിംഗ് നടന്നേക്കാം. പക്ഷേ ഇതിന്റെ അർത്ഥം കുമിളയാണെന്നല്ല. ടേബിളിൽ കാണുന്നതുപോലെ, ഇന്ത്യൻ സമ്പദ് വ്യവസ്ഥയുടെ അടിസ്ഥാനപരമായ സാമ്പത്തിക സൂചകങ്ങൾ വിശകലനം ചെയ്യുമ്പോൾ, നാം ഇപ്പോഴും പീക്ക് സ്റ്റേജിൽ നിന്നും വളരെ അകലെയാണ്.

വിപണി ആരോഗ്യകരമായി നിലനിൽക്കാൻ കാലാനുസൃതമായ തിരുത്തലുകൾ സ്വാഗതാർഹമാണ്. ഇന്ത്യയിലെ വാല്യു ഇൻവെസ്റ്റേഴ്സ് ട്രംപ്, നോർത്ത് കൊറിയ, ചൈന, ആണവായുധം പോലുള്ള ബഹളങ്ങളിൽ ഒന്നും ചെയ്യേണ്ടതില്ല. ഡെബ്റ്റ് / ലെവറേജുമായി ബന്ധപ്പെട്ട പ്രശ്നങ്ങൾ ഇനിയും ഉയർന്നുവന്നേക്കാം. എല്ലാ നിക്ഷേപകരോടുമുള്ള ഉപദേശം ഇതാണ്; എല്ലാ ശ്രദ്ധയും സ്റ്റോക്ക് പിക്കിംഗിൽ മാത്രം നൽകൂ. ഇതൊരു അനായാസമായ ജോലിയാണെന്ന് ധരിക്കാതിരിക്കുക. ചെയ്യാനുള്ള കണക്കുകൂട്ടലുകൾ മുഴുവൻ ചെയ്യുക. വരുന്ന അവസരങ്ങൾ മുതലെടുക്കുക.

നിക്ഷേപകർക്ക് വൻ നേട്ടം നൽകി കേരള എൻ.ബി.എഫ്.സികൾ

ബാങ്കിംഗ് ഇതര ധനകാര്യ സ്ഥാപനമായ മുത്തൂറ്റ് കാപ്പിറ്റൽ സർവീസസ് നിക്ഷേപകർക്ക് കഴിഞ്ഞ ഒൻപത് മാസത്തിനിടെ നൽകിയത് 100 ശതമാനം നേട്ടം! മുത്തൂറ്റ് ഫിനാൻസും മണപ്പുറവും സമ്മാനിച്ചത് 50 ശതമാനത്തിലധികവും.

ഇന്ത്യൻ ഓഹരി വിപണിയിൽ ബാങ്കിംഗ് ഇതര ധനകാര്യ സ്ഥാപനങ്ങൾ മിന്നുന്ന പ്രകടനം കാഴ്ചവെച്ചപ്പോൾ അതിന്റെ മുൻനിരയിൽ തിളക്കമാർന്ന നേട്ടത്തോടെ കേരള കമ്പനികൾ.

2021 ഡിസംബർ 30ന് മുത്തൂറ്റ് കാപ്പിറ്റൽ സർവീസസ് ലിമിറ്റഡിന്റെ ഓഹരി വില 198.36 ആയിരുന്നുവെങ്കിൽ 2022 സെപ്റ്റംബർ 11ന് വില 570.15 രൂപ. നേട്ടം 187.43 ശതമാനം! ബാങ്കിംഗ് ഇതര ധനകാര്യ (എൻബിഎഫ്സി) കമ്പനികളിൽ ഉയർന്ന നേട്ടം സമ്മാനിച്ചിരിക്കുന്നതും മുത്തൂറ്റ് കാപ്പിറ്റൽ സർവീസസാണ്. ഇതേ കാലയളവിൽ മുത്തൂറ്റ് ഫിനാൻസ് ഓഹരി വില 282.25 രൂപയിൽ നിന്ന് 503.15 രൂപയായി. നേട്ടം 78.26 ശതമാനം. പത്തുരൂപയാണ് ഈ രണ്ട് ഓഹരികളുടെയും മുഖവില.

രണ്ട് രൂപ മുഖവിലയുള്ള മണപ്പുറം ഫിനാൻസിന്റെ ഓഹരി വില 2021 ഡിസംബർ 30 ന് 67.25 രൂപയായിരുന്നുവെങ്കിൽ 2022 സെപ്റ്റംബർ 11ന് 108.05 രൂപയിലെത്തി. നേട്ടം 60.67 ശതമാനം. ഇതോടെ ജനുവരി മുതലുള്ള ഈ കലണ്ടർ വർഷത്തിൽ മിന്നുന്ന

നേട്ടം നൽകിയ എൻബിഎഫ്‌സികളുടെ പട്ടികയിൽ ഇടം നേടിയിരിക്കുകയാണ് ഈ കേരള കമ്പനികൾ.

കഴിഞ്ഞ മൂന്നു വർഷമായി രാജ്യത്തെ എൻബിഎഫ്‌സികൾ മികച്ച നേട്ടമാണ് നിക്ഷേപകർക്ക് നൽകുന്നത്. വായ്പാ വിതരണത്തിലുണ്ടായ വളർച്ചയാണ് എൻബിഎഫ്‌സികൾക്ക് അനുഗ്രഹമാകുന്നത്.

''കിട്ടാക്കടം വർധിച്ചതോടെ ബാങ്കുകൾ വായ്പാ വിതരണത്തിൽ കർശനമായ ചട്ടങ്ങൾ പാലിക്കാൻ തുടങ്ങി. ബാങ്കുകൾ സൂക്ഷിച്ചുമാത്രം വായ്പ കൊടുക്കുന്ന രീതി പിന്തുടർന്നത് എൻബിഎഫ്‌സികൾക്ക് ഗുണം ചെയ്തിട്ടുണ്ട്.

ശ്രദ്ധ വേണം

രാജ്യത്ത് സാമ്പത്തിക പ്രതിസന്ധി രൂക്ഷമാകുന്നുവെന്ന സൂചനകൾ ശക്തമാണ്. പണഞെരുക്കം അനുഭവപ്പെടുമ്പോൾ അത്

ബാങ്കിംഗ് ഇതര ധനകാര്യ സ്ഥാപനങ്ങൾക്ക് അനുകൂലമാകുമെന്ന ധാരണ പൊതുവേയുണ്ട്. എന്നാൽ വായ്പകളുടെ തിരിച്ചടവ് ഉറപ്പാക്കുന്ന പ്രവർത്തനം കാഴ്ചവെയ്ക്കുന്നവർക്കേ ഈ സാഹചര്യത്തിൽ മേൽക്കൈ നേടാനാകൂ. കിട്ടാക്കടത്തിന്റെ തോത് വർധിച്ചാൽ ബാങ്കിംഗ് ഇതര ധനകാര്യ സ്ഥാപനങ്ങളുടെ ലാഭക്ഷമതയെയും അത് പ്രതികൂലമായി ബാധിക്കും.

അതുകൊണ്ട് കുറഞ്ഞ നിഷ്ക്രിയാസ്തി, കിട്ടാക്കടം തിരിച്ചുപിടിക്കാനുള്ള സുസജ്ജമായ സംവിധാനം, ഡിജിറ്റൽ സംവിധാനങ്ങൾ പരമാവധി ഉൾച്ചേർത്തുകൊണ്ടുള്ള പ്രവർത്തന രീതി, മികച്ച നേതൃത്വം, ബിസിനസ് വിപുലീകരണം എന്നിവയെല്ലാം പരിഗണിച്ചുമാത്രമേ നിക്ഷേപം നടത്താവൂ. മുൻകാല നേട്ടം ഭാവി നേട്ടത്തിന്റെ സൂചനയായി കണക്കാക്കരുത്.

ഐ.പി.ഒ.- യിലൂടെ 27,000 കോടിയുടെ റെക്കോഡ് നേട്ടം, മുൻനിരയിൽ കൊച്ചിൻ ഷിപ്പ്‌യാർഡും

നടപ്പ് സാമ്പത്തിക വർഷത്തെ ആദ്യത്തെ ആറ് മാസത്തിനുള്ളിൽ ഇന്ത്യൻ കമ്പനികൾ

പ്രാഥമിക ഓഹരി വിൽപ്പനയിലൂടെ നേടിയത് 27,000 കോടി രൂപ

നടപ്പ് സാമ്പത്തിക വർഷത്തെ ആദ്യത്തെ ആറ് മാസത്തിനുള്ളിൽ ഇന്ത്യൻ കമ്പനികൾ പ്രാഥമിക ഓഹരി വിൽപ്പനയിലൂടെ നേടിയത് 27,000 കോടി രൂപ. ഇക്കഴിഞ്ഞ ഏപ്രിൽ മുതൽ സെപ്തംബർ വരെയുള്ള കാലയളവിൽ വ്യത്യസ്ത മേഖലകളിലെ 19 കമ്പനികൾ ചേർന്ന് 26,720 കോടി രൂപയാണ് ഐപിഒയിലൂടെ നേടിയത്. മുൻ വർഷം ഇതേ കാലയളവിൽ 15 കമ്പനികൾ ചേർന്ന് 16,535 കോടി രൂപ നേടിയ സ്ഥാനത്താണ് ഇത്തരമൊരു മികച്ച നേട്ടം കമ്പനികൾ കൊയ്തിരിക്കുന്നത്.

2021-22 സാമ്പത്തിക വർഷത്തെ ആദ്യത്തെ 6 മാസക്കാലത്ത് ഐപിഒ മുഖേന കമ്പനികൾ നേടിയ 21,244 കോടി രൂപയുടെ റെക്കോഡാണ് ഇപ്പോഴത്തെ പ്രകടനത്തിലൂടെ തകർന്നടിഞ്ഞിരിക്കുന്നത്. എസ്ബിഐ ലൈഫാണ് ഐപിഒയിലൂടെ ഇപ്പോൾ ഏറ്റവും കൂടുതൽ പണം സമാഹരിച്ചത് (8400 കോടി). ഐസിഐസിഐ ലംബാർഡ് ജനറൽ ഇൻഷുറൻസ് (5700 കോടി), എയു സ്മോൾ

ഫിനാൻസ് ബാങ്ക് (1912 കോടി), എറിസ് ലൈഫ് സയൻസ് (1741 കോടി), കൊച്ചിൻ ഷിപ്പ്‌യാർഡ് (1468 കോടി), ഹൗസിംഗ് ആന്റ് അർബൻ ഡെവലപ്‌മെന്റ് കോർപ്പറേഷൻ (1224 കോടി) എന്നിവയാണ് ഐപിഒയിലൂടെ വമ്പൻ നേട്ടം കൊയ്ത മറ്റുചില കമ്പനികൾ. കേരള കമ്പനിയായ കൊച്ചിൻ ഷിപ്പ്‌യാർഡും ഇതിൽ പങ്കാളിയായിയെന്നത് ശ്രദ്ധേയമാണ്.

ദ്വിതീയ വിപണിയിലെ കുതിപ്പ്, സർക്കാരിന്റെ ബിസിനസ് അനുകൂല നടപടികൾ, പോസിറ്റീവായിട്ടുള്ള ഇൻവെസ്റ്റർ സെന്റിമെന്റ്‌സ് തുടങ്ങിയവയാണ് ഐപിഒകളൂടെ നേട്ടത്തിന് വഴിയൊരുക്കിയത്. വിപണിസാഹചര്യം അനുകൂലമായതിനാൽ വരുന്ന ഏതാനും മാസങ്ങൾക്കുള്ളിൽ ന്യൂ ഇന്ത്യ അഷ്വറൻസ്, റിലയൻസ നിപ്പോൺ ലൈഫ് അസറ്റ് മാനേജ്‌മെന്റ്, എച്ച്ഡിഎഫ്‌സി സ്റ്റാൻഡേർഡ് ലൈഫ് ഇൻഷുറൻസ് തുടങ്ങിയ നിരവധി കമ്പനികൾ ഐപിഒയിലൂടെ ഏകദേശം 35,000 കോടി രൂപ സമാഹരിക്കാനൊരുങ്ങുകയാണ്.

Famous Share Trading companies in Kerala

1. Hedge Equities Ltd ,Phonel: 0484-4084880

Email: helpdesk@hedgeequities.com

2.   Vertex   Securities   Limited, ph:91-484-2384848

e-mail:vertex@vertexbroking.com

3. Sharekhan Limited, Tel: 022 - 61150000

4.   Sharewealth   India   Ltd,   e-mail:- contact@sharewealthindia.com

Ph: 0487 - 2436500

11

ഓഹരി വിപണിയിൽ ശ്രദ്ധി ക്കാൻ 25 കാര്യങ്ങള്

1.   സുഹൃത്തുക്കളോ,   ബന്ധുക്കളോ അയൽക്കാരോ പറഞ്ഞ് കേട്ടിട്ട് ഓഹരി വാങ്ങാൻ ഇറങ്ങി പുറപ്പെടരുത്.

2.   ക്ഷമാപൂർവം   കാത്തിരിക്കുക.   അവ സരോചിതം വിൽക്കാനും വാങ്ങാനും പഠിക്കുക.

ഓഹരി   വാങ്ങി   പിറ്റേന്ന്   തന്നെ   വലിയ നേട്ടമുണ്ടാക്കാമെന്ന് കരുതരുത്.

3. എടുക്കുന്ന ഓഹരിയുടെ ഗുണദോഷങ്ങൾ പഠിച്ചറിഞ്ഞ് വാങ്ങുക.

ചൂതാട്ട സ്വഭാവം വേണ്ട. ലോട്ടറി പോലെയല്ല ഓഹരി വ്യാപാരം. കമ്പനി നടത്തുന്ന ഏറ്റെടുക്കലുകൾ, വൻ മുതൽ മുടക്കുകൾ തുടങ്ങിയവ ഓഹരി വിലയിൽ പ്രതിഫലിക്കുമെന്ന് തിരിച്ചറിയുക.

4. വാങ്ങിയ ഓഹരികളുടെ കയറ്റിറക്കങ്ങൾ ശ്രദ്ധിക്കുക.

ഒരിക്കൽ മാത്രം ഓഹരി വാങ്ങി പിന്നീട് തിരിഞ്ഞുനോക്കാതിരിക്കരുത്. തുടർച്ചയായി നിക്ഷേപിച്ചുകൊണ്ടിരിക്കുക.

5. ബ്രോക്കർമാർ പറയുന്നതുമാത്രം കണ്ണുംപൂട്ടി വിശ്വസിക്കാതെ ഗൃഹപാഠം നടത്തി ഓഹരി വാങ്ങാനിറങ്ങുക.

ഓഹരി വിപണിയിൽ ഒരിക്കലും നിശ്ചിതമായ ലാഭം ഉറപ്പില്ലെന്ന് തിരിച്ചറിയുക.

6. വിപണിയിൽ ഇടിവുണ്ടാകുമ്പോൾ ഓഹരി വാങ്ങുകയും മുന്നേറ്റമുണ്ടാകുമ്പോൾ വിൽക്കുകയും ചെയ്യുക. ഇതാണ് ഏറ്റവും വിലപിടിച്ച പാഠം.

വിപണി ഇടിയുമ്പോൾ പേടിയോടെ നല്ല കമ്പനികളുടെ പോലും ഓഹരികൾ വിറ്റഴിക്കുന്നവരേറെയാണ്. 10 മുതൽ 20 ശതമാനം വരെ ലാഭം കിട്ടിയാൽ കൈയിലുള്ളത് കുറച്ച് വിറ്റഴിക്കുക.

7. ബ്രോക്കർ നന്നായാൽ.

നിങ്ങളുടെ സാമ്പത്തികാവസ്ഥ, നിക്ഷേപങ്ങൾ, വരുമാനം, ലക്ഷ്യം എന്നിവയെല്ലാം പങ്കുവെക്കാവുന്ന ബ്രോക്കറെ കണ്ടെത്തുക. നിക്ഷേപങ്ങളുടെ പുതിയ വിവരങ്ങൾ ശേഖരിച്ചുകൊണ്ടിരിക്കണം. ആഗോളതലത്തിലെ ചെറുചലനങ്ങൾപോലും വിപണിയിൽ കാര്യമായ ഏറ്റക്കുറച്ചിലുകൾ ഉണ്ടാക്കിയേക്കാം. വാർത്തകൾ, ഗവേഷണ വിവരങ്ങൾ എന്നിവ കൃത്യമായി അറിയാൻ ശ്രമിക്കണം. ഇ-മെയൽ വിലാസം, ഫോൺ നമ്പർ എന്നിവയെല്ലാം ബ്രോക്കർക്ക് ലഭ്യമാക്കണം. മാറ്റമുണ്ടായാൽ യഥാസമയം അറിയിക്കണം.

8. നിയമാനുസൃതമുള്ള മുന്നറിയിപ്പ്.

സെബിയിൽ രജിസ്റ്റർ ചെയ്ത സ്റ്റോക്ക് ബ്രോക്കർ/സബ് ബ്രോക്കർ/ഫ്രാഞ്ചൈസി എന്നിവ വഴി മാത്രം ഓഹരി ഇടപാട് നടത്തുക.

9. എന്നും ഓഹരി നിക്ഷേപം നടത്താൻ തുനിയരുത്.

ഓരോ ദിവസത്തെയും വിപണിയിലെ മൂഡ് മനസിലാക്കണം. അത് തിരിച്ചറിയാനായില്ലെങ്കിൽ വിപണിയിൽ നിന്ന് വിട്ടുനിൽക്കുക

10. കടം വാങ്ങി നിക്ഷേപത്തിനിറങ്ങേണ്ട.

നഷ്ടം വരുമ്പോൾ കൂടുതൽ കടം വാങ്ങി നിക്ഷേപിച്ച് തകർന്നവരേറെയാണ്. എണ്ണിച്ചുട്ട അപ്പം പോലെയാകണം ഉള്ള പണം ചെലവഴിക്കേണ്ടത്.

11. കമ്പനിയുടെ യഥാർത്ഥ അവസ്ഥ എന്ത്? ഗ്രൂപ്പിലെ ഇതര കമ്പനികൾ ലാഭത്തിലാണോ

തുടങ്ങിയ കാര്യങ്ങൾ മനസിലാക്കണം.

കമ്പനിയുടെ പേര് കണ്ട് എടുത്ത് ചാടരുത്.

12. ഓഹരിയുടെ ശരിയായ മൂല്യം കണ്ടെത്തുക.

താൽക്കാലികമായ തിരിച്ചടികളാൽ വിലയിടിഞ്ഞ ഓഹരികളുണ്ടാകും. തെരഞ്ഞുപിടിച്ച് അതിൽ നിക്ഷേപിക്കുക. ചിലത് ശരിയായ മൂല്യത്തേക്കാൾ ഉയർന്ന് നിൽക്കുന്നുണ്ടാകും. അതൊഴിവാക്കുക. ഈ കാര്യത്തിൽ നല്ല അറിവുള്ള റിലേഷൻഷിപ്പ് മാനേജർക്കോ ബ്രോക്കർക്കോ സഹായിക്കാനാകും.

13. ഇതുവരെ കേട്ടിട്ടില്ലാത്ത കമ്പനിയുടെ ഓഹരിയിൽ നിക്ഷേപിക്കുന്നതിനു മുമ്പ് ബ്രോക്കറുടെ സേവനം തേടുക.

ഓഹരി വാങ്ങാൻ ഉദ്ദേശിക്കുന്ന കമ്പനി എങ്ങനെയാണ് പണമുണ്ടാക്കുന്നത്?

എന്താണവർ വാങ്ങുന്നതും വിൽക്കുന്നതും എന്നെല്ലാം വ്യക്തമായും മനസിലാക്കണം.

14. നിക്ഷേപിക്കുന്ന ഓഹരികളുടെ വൈവിധ്യം കൂട്ടുക.

ചുരുങ്ങിയ റിസ്കിൽ നേട്ടമുണ്ടാക്കാൻ ഇത് സഹായിക്കും. ചിലത് നഷ്ടമുണ്ടാക്കാം. മറ്റുള്ളതിലെ ലാഭം അതിനെ നികത്തും.

15. നിക്ഷേപത്തിൽ നിന്ന് നല്ല നേട്ടം പ്രതീക്ഷിക്കാം. അത് കരുതി വമ്പൻ നേട്ടങ്ങളുടെ മനക്കോട്ട കെട്ടരുത്.

ചില ബുൾ തരംഗങ്ങളിൽ 50 ശതമാനത്തിലേറെ നേട്ടമുണ്ടാക്കിയ ഓഹരികളുണ്ട്. ഈ നേട്ടം എക്കാലത്തും കിട്ടുമെന്ന് കരുതരുത്. വാറൻ ബഫറ്റ് പറഞ്ഞത് മറക്കരുത്. ''ഓഹരിയിൽ നിന്ന് 12 ശതമാനത്തിലേറെ ലാഭം കിട്ടുന്നത് വെറും ഭാഗ്യംകൊണ്ട് മാത്രം.''

16. പുതിയ നിക്ഷേപകർ ചെറുതിൽ തുടങ്ങുന്നതായിരിക്കും നഷ്ടം കുറയ്ക്കാൻ

നല്ലത്.

ചില സാഹചര്യങ്ങളിൽ വലിയ വിലയുള്ള ഓഹരി വാങ്ങുന്നതിനേക്കാൾ ബുദ്ധി ചെറിയ വിലയുള്ള ഓഹരി കൂടുതലായി വാങ്ങുന്നതായിരിക്കും.

17. ലാഭം ബുക്ക് ചെയ്യുന്നപോലെ നഷ്ടവും ബുക്ക് ചെയ്യണം.

ഇതിന് പലർക്കും മടിയാണ്. ചെറുകിട നിക്ഷേപകർക്ക് ചെറിയ ലാഭം കിട്ടിയാൽ വിൽക്കാൻ താൽപ്പര്യമേറെയാണ്. ഓഹരി വില തകരുമ്പോഴും തിരിച്ചുവരുമെന്ന പ്രതീക്ഷയിൽ പിടിച്ച് വെക്കുന്നവരേറെയും. ഇത് വൻ നഷ്ടത്തിലെത്തിച്ചേക്കാം.

കൈവശം വെച്ചിരിക്കുന്ന ഓഹരിയുടെ വില ഇടിയുമ്പോൾ ആവറേജ് ചെയ്യാൻ കൂടുതൽ വാങ്ങിക്കൂട്ടുന്നവരുണ്ട്. കുറയുന്നത് താൽക്കാലിക കാരണങ്ങളാലാണെന്നും ഭാവിയിൽ സാധ്യതയുണ്ടെന്നും

ബോധ്യപ്പെട്ടാലേ ഈ രീതി ശുപാർശ ചെയ്യുന്നുള്ളൂ.

18. രാഷ്ട്രീയവും സാമ്പത്തിക ശാസ്ത്രവും.

രാഷ്ട്രീയവും സാമ്പത്തിക ശാസ്ത്രവും പരസ്പരം ബന്ധപ്പെട്ട് കിടക്കുന്നു. രണ്ടിലുമുള്ള അറിവ് ഉചിതമായ നിക്ഷേപത്തിന് തീരുമാനമെടുക്കാൻ സഹായിക്കും.

19. ജനപ്രിയ കമ്പനിയുടെ ഓഹരികൾ നല്ല നിക്ഷേപ മാർഗമായിരിക്കാം.

മാർക്കറ്റുകളിൽ പോകുമ്പോഴോ യാത്ര ചെയ്യുമ്പോഴോ, കൂടുതലായി ഉപയോഗിക്കുന്നതോ ഡിസ്പ്ലേ ചെയ്യുന്നതുമായ ഉൽപ്പന്നങ്ങളും സേവനങ്ങളും ശ്രദ്ധിക്കുക. അതൊരുക്കുന്ന കമ്പനി മനസിലാക്കുക. കൂടുതൽ ആളുകൾ ഉപയോഗിക്കുന്ന ഉൽപ്പന്നങ്ങളിറക്കുന്ന കമ്പനി മോശക്കാരാവില്ലല്ലോ. പലപ്പോഴും അത്തരം ജനപ്രിയ കമ്പനിയുടെ ഓഹരികൾ നല്ല നിക്ഷേപ മാർഗമായിരിക്കാം.

20. നഷ്ടമുണ്ടാകാം. അത് തലയിൽ കയറ്റി നടക്കേണ്ട കാര്യമില്ല.

21. റിസ്കെടുക്കാൻ ഒട്ടും താൽപ്പര്യമില്ലെങ്കിൽ ടോപ്പ് 100-200 വൻകിട കമ്പനികളുടെ ഓഹരികളിൽ ശ്രദ്ധയൂന്നുക.

അതല്ല, ചെറിയ തോതിൽ റിസ്കെടുക്കാമെന്നാണെങ്കിൽ വൻകിട, ഇടത്തരം ഓഹരികൾ വാങ്ങാം, വൻ റിസ്കെടുത്താലും വലിയ നേട്ടങ്ങളുണ്ടാക്കണമെന്നാണ് താൽപ്പര്യമെങ്കിൽ ചെറുകിട ഓഹരികളെടുക്കുന്നതാണ് നല്ലത്.

22. കമ്പനിയെക്കുറിച്ച് വ്യക്തമായ അറിവ് സമ്പാദിക്കുക.

പ്രതിഓഹരി നേട്ടം, ബുക്ക് വാല്യു തുടങ്ങിയ കാര്യങ്ങളിലെ അറിവ് പ്രാഥമികം മാത്രം. ലാഭനഷ്ടക്കണക്ക്, ബാലൻസ് ഷീറ്റ് എന്നിവയുടെ വിശകലനം, കമ്പനിയെക്കുറിച്ച് മാനേജ്മെന്റ് വിദഗ്ധരുടെ അഭിപ്രായമറിയൽ, മുൻകാല പ്രകടനം വിലയിരുത്തൽ എന്നിവക്കൊപ്പം ഫാക്റ്ററി സന്ദർശനം നടത്തിയും കമ്പനിയെക്കുറിച്ച് വ്യക്തമായ അറിവ് സമ്പാദിക്കുക.

23. തിരിച്ചടികൾക്ക് തയാറായിരിക്കണം. എപ്പോഴും നൂറ് ശതമാനം വിജയം നേടിയവർ ആരുമുണ്ടാകില്ല.

24. നിക്ഷേപിക്കുന്ന മേഖലകൾ റൊട്ടേറ്റ് ചെയ്തുകൊണ്ടിരിക്കുക. ഇഷ്ടപ്പെട്ട മേഖലയിൽ മാത്രം മുറുകെ പിടിച്ചിരിക്കരുത്.

25. പഠിച്ചവരുടെ ഉപദേശങ്ങൾക്കായി ചെവി കൊടുക്കാം.

നിക്ഷേപിക്കാനൊരുങ്ങുന്ന കമ്പനികളെക്കുറിച്ച് പഠിക്കാൻ എപ്പോഴും സമയം ഉണ്ടായിക്കൊള്ളണമെന്നില്ല. അപ്പോൾ പഠിച്ചവരുടെ ഉപദേശങ്ങൾക്കായി ചെവി കൊടുക്കാം. വലിയ നിക്ഷേപത്തിനൊരുങ്ങുമ്പോൾ പ്രത്യേകിച്ചും.

നിങ്ങളുടെ തീരുമാനം ആണ് ഉചിതം

ഓഹരി വ്യാപാരം അപകടകരവും ലാഭത്തിന് യാതൊരു ഉറപ്പും ഇല്ലാത്തതുമാണ്. ഇവിടെ നൽകിയിരിക്കുന്ന വിവരങ്ങളിൽ നിന്ന് നിങ്ങൾക്ക് സ്വതന്ത്രമായി തീരുമാനം എടുക്കാവുന്നതാണ്.ഈ വിവരങ്ങളുടെ അടിസ്ഥാനത്തിൽ നിങ്ങൾ എടുക്കുന്ന തീരുമാനത്തിലോ നിക്ഷേപങ്ങളിലെ കഷ്ടനഷ്ടങ്ങൾക്കോ ഗ്രന്ഥകർത്താവ് യാതൊരു ഉത്തരവാദിത്വവും ഉണ്ടായിരിക്കുന്നതല്ല.

www.ingramcontent.com/pod-product-compliance
Lightning Source LLC
Chambersburg PA
CBHW070916160726

48004CB00003B/1391